Viết Lên Vách Quán

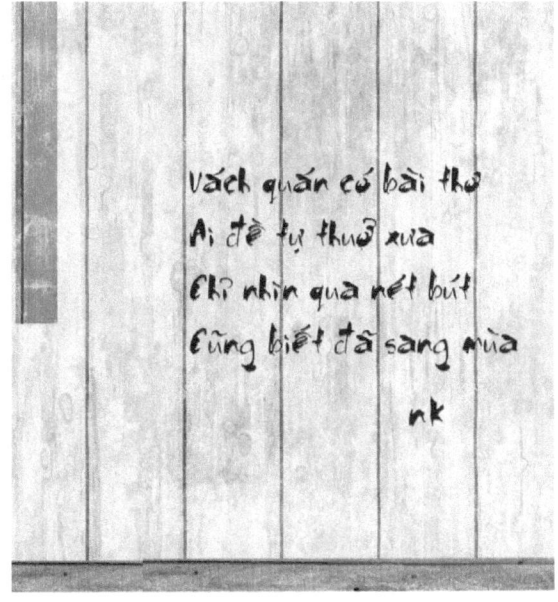

Vách quán có bài thơ
Ai đề tự thuở xưa
Khi nhìn qua nét bút
Cũng biết đã sang mùa

nk

NK
Hàng Thị ₒ 2021

Viết Lên Vách Quán

NK

Hàng Thị ○ 2021

Title: Viết Lên Vách Quán
Author: Tran, N.K.
First edition in print 2021

ISBN-13: 978-1-949875-15-7
ISBN-10: 1-949875-15-6

Printed and bound in the United States of America

Published by
Hàng Thị
Henrico, Virginia, USA
www.hangthi.com

Cover designed by André Tran

Điểm Vách

Lời Nói Đầu

Tập sách nhỏ này gồm những đoạn ngắn viết linh tinh về những đề tài tùy hứng. Lối viết này ngày xưa thường gọi là tùy bút, bút ký, mạn lục, ngẫu lục, v.v., và ngày nay thường gọi là tạp ghi, tản mạn, blog, v.v... Vì ý thích riêng, tôi gọi là *viết lên vách quán*, một phần vì thói quen ngày trước hay la cà các quán café, một phần vì muốn học đòi người xưa, khi đang thù tạc ở quán rượu mà cảm hứng nổi lên thì thường phóng bút đề một bài thơ hay bài ký lên tường của quán.

Tuy ngày tháng ghi dưới các tựa đề của từng bài có vẻ mới. nhưng hầu hết chất liệu, ý tưởng, cũng như bản nháp đều đã có từ lâu. Nếu tinh ý, bạn đọc sẽ thấy mọi bài viết không nhiều thì ít đều thiên về ý hướng vui vẻ, nhẹ nhàng, không chú trọng một cách nghiêm chỉnh đến tính chính xác như những bài khảo cứu văn học. Cũng vậy, các sáng tác bằng ngoại văn như Hán văn hay Nhật văn của chính tôi, đều nhằm mục đích góp vui văn nghệ. Sự thật, tôi không biết gì về Hán văn hay Nhật văn, hoàn toàn dựa vào tự điển, Google, và các wiki trên mạng. Tuy nhiên, trong phần dịch thuật từ ngoại văn sang tiếng Việt thì tôi gắng chuyển đạt, nếu không được trọn vẹn ý thì cũng phần nào sự rung cảm từ nguyên tác.

Vì không phải là một tập khảo cứu nên tôi không nhắm vào tính cách đầy đủ hay điển hình khi chọn lọc văn thơ của các thi văn gia, mà đôi khi do tình cờ, đôi khi do ưa thích đặc biệt, đôi khi lại vì tính độc đáo, ít người biết của đoạn văn, bài thơ đó. Tôi cũng không tránh khỏi xen lẫn một vài kỷ niệm riêng tư, như ký ức về một người em họ, về một người anh ruột, về quê nội và quê ngoại, về lần gặp gỡ đầy ấn tượng với nhà thơ Cao Tiêu qua sự giúp đỡ của giáo sư Trần Từ Mai, về lần hàn huyên tâm sự với bạn hiền Vũ Hoàng Tuân...

Trên vách, thơ nào tôi viết thì không ký tên, nhưng thơ của bất kỳ ai khác đều có ghi rõ tác giả. Về trình bày, những chữ *in nghiêng* thường là tên của bài thơ hay một ấn phẩm.

Ngoài sự trợ thủ đắc lực của Google, Wikipedia, cũng như của Wiktionary, trong đây còn có sự đóng góp, thường là vô tình không hay biết, của nhiều bạn học, bạn thơ, và họ hàng trên Facebook. Không thể kể hết, tôi chỉ xin tạm ghi nhận đã mượn nhiều ý, lời, hoặc tác phẩm của các nhà thơ Tuấn Quỳnh, Bắc Phong, HVD, Chân Mây, và của bạn học NP Vĩnh Tiết, TH Kinh, Minh Cường, anh Hàng Trọng, cùng các anh ruột, cháu Stacy Porter, và Marcellin Tran. Tập sách gồm 5 phần chính, tiêu đề của phần II (*Tôi Yêu Tiếng Nước Tôi*) là lời nhạc của Phạm Duy, của phần III (*Đêm Đêm Ta Hỏi Người Xưa*) là thơ Vũ Hoàng Chương, và của phần V (*Ngày Qua Tháng Mất Vội Vàng*) là thơ Hoài Viễn.

Cuối cùng, xin ngỏ lời cảm ơn Mỹ An, người bạn đời, đã luôn tạo điều kiện để tôi có thời gian viết liên tục lên vách quán trong suốt mấy năm qua.

Henrico, vào thu 2021
NK

> *Vách quán có bài thơ*
> *Ai đề tự thuở xưa*
> *Chỉ nhìn qua nét bút*
> *Cũng biết đã sang mùa*

Thơ Đen Mực Trắng Giấy Vô Hình

Tiếng Cười Trong Ngôi Nhà Đá

14-03-2021

Biết uống café từ nhỏ, nhưng thường chỉ uống ở nhà khi ăn sáng, tôi thật sự làm quen với café - với quán café thì đúng hơn - từ những ngày đầu vào đại học.

Lần đó, tôi thất tình một cô bạn gần nhà. Chắc lúc đó trông tôi thảm não lắm nên thằng em trai của cô nàng có vẻ ái ngại cho tôi. Tối, nó đến nhà, rủ tôi đi lòng vòng chơi. Tôi hơi do dự nhưng rồi cũng nhận lời, đang buồn thì đi, biết đâu tên này lại chẳng có *tuyau* mới về chị của hắn và muốn bán rẻ cho mình thì sao. Hai thằng đạp xe đi, vừa ra đến quán café nhạc đầu ngõ nhà tôi thì nó dừng lại, và hai đứa tôi vào quán. Lần đầu ngồi quán đêm, tôi hơi ngỡ ngàng, nhưng cứ theo nó, tôi cũng gọi ly café sữa nóng. Ngồi nhâm nhi. Suốt hai tiếng đồng hồ, thả hồn theo tiếng nhạc, nhìn những người qua lại, nhìn các cô bán quán mang café cho khách, lâu thật lâu mới nhấp một ngụm café nguội, chúng tôi không nói với nhau lời nào. Chợt nó nhìn đồng hồ quán, rồi nhìn tôi: "Về chưa?". Về thì về. Chia tay trước cửa quán, nó lên xe đạp đi, tôi chậm rãi dắt bộ xe về nhà.

Từ đó, tôi trở nên dạn dĩ, bởi đã biết thế nào là ngồi quán đêm. Không đi với thằng em cô bồ hụt lần nào nữa, tôi bắt đầu theo các bạn học, hết quán này đến quán khác, nơi nào cũng có nhạc nhẹ, phần lớn là quán bên đường hay trong sân nhà sát lề đường. Ngắm người qua lại, ngắm các cô chủ quán, kể nhau nghe vài mẩu chuyện trời đánh mới học, nhâm nhi ly café để lâu nguội lạnh, uống ly trà mới châm thêm còn nóng, đến khuya chia tay về. Lòng thanh thản, trong phút giây quên đi thân phận tù nhân trong cái ngục đá vĩ đại.

Thuần Ngọc, anh Hai tôi, ở hải ngoại, nghe chuyện tôi ngày nào cứ về đến nhà, ăn cơm xong là lên xe la cà quán này quán nọ, viết thư về có vẻ trách móc sao không lo chuẩn bị cho một tương lai. Tôi không buồn anh, anh phải làm việc gian khổ xứ người để giúp đỡ đại gia đình, thì sao hiểu được nỗi lòng bọn trẻ chúng tôi - làm gì có ngày mai để mà lo cơ chứ. Thì chỉ biết để trôi qua từng ngày, vui những niềm vui thật nhỏ nhặt, tầm thường

Cầm một chiếc lá
Thấy mừng công viên
Nghe bao ưu phiền
Tan vào cây cỏ
Ngồi bên ly nhỏ
Café thoảng hương
Lưỡi ngấm vị đường
Vui đời sang cả
Thương ai vất vả
Xứ lạ quê người
Chẳng hiểu tiếng cười
Giữa ngôi nhà đá.

Thương Về Quê Nội Ngoại

27-03-2021

Quê nội tôi ở xóm Cái Cùng, làng Long Điền, huyện Giá Rai, tỉnh Bạc Liêu. Đó là một xóm hẻo lánh sát gần biển, trên một doi đất lẻ loi giữa ruộng nước mênh mông mà từ lộ cái phải đi ghe hoặc lội bộ hơn hai cây số ruộng ngập nước mới đến được. Ba tôi ngày còn nhỏ vẫn phụ việc nhà, chăn heo, chẻ

củi, nấu cơm. Tôi tưởng tượng cảnh *Ba, Những Ngày Thơ Ấu*, ngồi chụm lửa trong bếp mà hồn thả theo gió biển mặn, bên mái tóc mun xõa trên lưng áo bà ba bông hường ngoài chợ

Xóm Cái Cùng gần biển,
Chiều chẻ củi nấu cơm,
Còn gởi hồn ngoài chợ,
Gió muối mặn, mà thơm.

Nhưng Bạc Liêu không chỉ có ruộng muối, láng tôm, mà còn là chiếc nôi của bài ca vọng cổ. Là dân Bạc Liêu, khi đã ra nước ngoài, ba tôi vẫn nhắc mãi những kỷ niệm êm đềm ở quê xưa, như một *Giấc Mơ Cuối Đời Lưu Lạc*

Khăn gói theo đời loạn
Chiêm bao chỉ một điềm:
Chống xuồng câu giữa lạch
Ca vọng cổ tàn đêm.

Bà ngoại tôi quê ở Tân Châu, bên bờ sông Tiền Giang, nơi ngày xưa nổi tiếng với hàng lãnh hiệu Mỹ A. Ông ngoại tôi mang nửa dòng máu Phước Kiến, gốc Tân Gia Ba. Không biết làm sao hai người gặp được nhau, tôi chỉ đoán rằng trên nẻo công danh, có lần ông ngoại tôi đã *Dừng Bước Giang Hồ*

Sông Tiền Giang nước ngọt,
Chợ Tân Châu lắm hàng,
Em thướt tha quần lãnh,
Lòng Phước Kiến mang mang!

Ba của bà ngoại, tức ông cố ngoại tôi, là nhà văn, nhà báo. Ông làm phó chủ bút rồi chủ bút tờ Nông Cổ Mín Đàm (lẽ ra là Mính Đàm, uống đọt trà non, bàn chuyện kinh doanh.) Ông dịch truyện Tàu, viết tiểu thuyết mà nổi tiếng nhất là *Nghĩa Hiệp Kỳ Duyên* trong đó tên nhân vật chính trở thành tên người thân dùng để gọi ông - *Ông Chăng Cà Mum*. Ông được thờ ở đình Long Phú, con cháu ông ngày nay vẫn giữ chặt tình gia tộc, sống quây quần quanh nhà từ đường ở Bà Chiểu

Xưa ông Nông Cổ Mín Đàm,
Đồng Nai, Bến Nghé, Núi Sam tụ về.
Lòng thành, đất chở trời che:
Cháu con Bà Chiểu còn khoe nếp nhà!

Đăng Trình

24-03-2021

Chiếc xe Perseverance đang dò dẫm từng bước trên đáy của hồ Jezero cũ... tiếng bánh xe sắt nghiến lên mặt đất đá vang vang trong bầu khí quyển của sao Hỏa đã được truyền về trái Đất... Sao Hỏa ngày xưa chính là nơi phát sinh sự sống văn minh, rồi vì những biến đổi địa chất, "người" sao Hỏa phải di dân đi tìm một hành tinh khác - trái Đất. Chẳng may, cuộc đổ bộ không thành, những di dân tan thành tro bụi trên mặt Đất, chỉ còn một ít mầm sống vất vưởng đây đó. Vài tỷ năm sau, những mầm sống kia đã ngoi dậy, tiếp tục chu trình tiến hóa, trở lại kiếp sống văn minh, bắt đầu cuộc khai phá, mà thật ra là đang trở về cội nguồn, thăm viếng mộ địa tổ tiên...

Bánh xe sắt nghiến trên đường đá
Tiếng nghe quen? Sao Hỏa mủi lòng!
Mòn trông mấy tỷ năm ròng,
Cháu con mới trở lại cùng tổ tiên...

Bài *Thám Hiểm Không Gian* trên đây là một trong những tâm tình về "vũ trụ quan" của tôi, được nhen nhúm từ thuở nhỏ sau khi đọc trong Sélection du Reader's Digest câu nói của Jean Rostand

L'humanité est une maladie de la terre. Sur les planètes saines, il n'y a pas d'hommes.

Viết Lên Vách Quán

Tâm tình này bắt đầu từ nỗi khổ nhục của trái Đất qua *Trầm Kha* đến niềm xót xa của làng xóm qua *Nan Y*

Đất gục mặt ăn năn,   *Sao Hỏa, với sao Kim*
Trán hằn vết núi nhăn,   *Xót xa nhìn trái Đất...*
Má đầm đìa biển lệ: *Trăng già cũng nhói tim:*
Trót vướng bệnh Nhân Văn! *Cái bệnh Người ghê thật!*

Rồi đến một ngày phải đến, trái Đất rã tan dần trong biển lửa, con người đã gây ra *Tận Thế* cho chính mình

Những hành tinh khỏe mạnh,
Không bóng dáng con người,
Đều ngậm ngùi xa lánh
Địa Cầu, lúc tắt hơi.

Về già, tôi dần bớt bi quan, bắt đầu chấp nhận kiếp phù du, biết cùng vui với những thành công nho nhỏ của con người trên đường thám hiểm không gian, như khi nghe tin Curiosity biết *Tự Sướng*, chụp một bức ảnh selfie trên sao Hỏa

Chín mươi chín triệu dặm xa vời,
Chín tháng đăng trình mới đến nơi,
Chỉ để làm duyên mà tự sướng,
Chơi ngầu như thế, mới là chơi!

Tình Đất Duyên Trăng

24-03-2021

Từ mặt đất nhìn lên, thấy trăng lãng mạn, thơ mộng đến nỗi đôi tình nhân Kim Kiều, sau khi tái hợp, mặc dù bên nhau đã có rượu,
có cờ, có hoa, vẫn bị cụ Nguyễn Du bắt phải chờ trăng lên

Khi chén rượu, khi cuộc cờ,
Khi xem hoa nở, khi chờ trăng lên.

Thế nhưng, nhờ NASA, ta biết từ mặt trăng nhìn lên còn thấy trái đất lộng lẫy, kiêu sa thập bội. Cho nên chẳng trách gì chị Hằng say mê chàng Đất đắm đuối trong *Chuyện Tình Tay Ba*

Đất xanh mê mải chạy quanh Trời,
Yểu điệu xoay mình khoe nét tươi.
Theo sát đêm ngày không ngoảnh mặt,
Trăng già ứa mật, hận đầy vơi.

Yêu quá hóa khờ, nàng Trăng đã phải *Ngậm Ngùi* sau khi dại một giờ, buông thả cho bọn người vô duyên từ Đất đến xâm phạm tiết hạnh nơi biển Lặng

Ngày xưa Trăng đẹp nhất trời đêm,
Núi gấm, rừng hoa, môi trái tim.
Một phút đam mê, đùa với lửa,
Còn trơ biển Lặng vết hương chìm.

Sau biến cố động trời ấy, Thượng Đế nổi giận, lệnh cho các thiên thể, từ Trăng, Đất, Trời, Ngân Hà, đến Tâm vũ trụ, tất cả phải triệt để thi hành biện pháp ngăn ngừa, giữ vững phòng tuyến hạn chế sinh sản *Vòng Xoắn Không Gian*

Trăng vòng quanh Đất, Đất quanh Trời,
Trời cũng vòng quanh Vệt Sữa tươi,
Vệt Sữa vòng quanh Tâm khởi điểm,
Cản không cho Trứng nở thêm Người!

Đi từ lầm lỡ này sang lầm lỡ khác, trái Đất bị bạn bè tẩy chay, mất luôn cả tình Trăng hiền dịu, đành chịu *Tròn Kiếp Cô Đơn*

Lầm tro bụi với cát sông Hằng
Trong một đường tơ kẽ tóc chăng?
Trái đất chuồi sai lần dĩ vãng,
Cho thuyền không bến lạc vầng trăng...

Đời ít ai có được cơ hội thứ hai, nhưng may mắn thay cho Đất, một lần Trời đã ngoảnh mặt đi, để yên cho Đất thế thiên hành đạo, thực hiện *Nguyệt Thực Đêm Đông Chí*, hy vọng lập lại được kỳ tích mẹ Âu Cơ, một bọc trăm con, hơn bốn ngàn năm trước

Đêm nay bóng Đất phủ mình Trăng...
Đỏ ửng rồi kia, má chị Hằng!
Một bọc trăm con cầm chắc nhé...
Rồng Tiên, lần nữa, hội Hoa Đăng!

Chân Trời Khoa Học

Lượm lặt một vài diễn biến trong thời đại ngày nay.

Các nhà khoa học Ý, khi nghiên cứu những bầy sư tử, tình cờ khám phá ra việc ngáp dài ngáp vắn của chúng là hiệu lệnh chung cho cả bầy. Con sư tử nào ngáp trước, sẽ được nhiều con bắt chước ngáp theo. Không chỉ vậy, sau đó nó di chuyển đi đâu cũng sẽ được cả bầy đi theo. Việc này giống như bệnh lây ngáp của con người - nhưng con người chỉ ngáp theo mà không làm theo những việc khác. Như vậy, về thuật lãnh đạo, giữa người và sư tử, *Chưa Chắc Ai Hơn Ai*

> *Con người là chúa trây lười:*
> *Một người ngáp, chỉ vài người ngáp lây!*
> *Sư tử mới đáng mặt thầy:*
> *Vừa đi vừa ngáp, cả bầy chạy theo...*

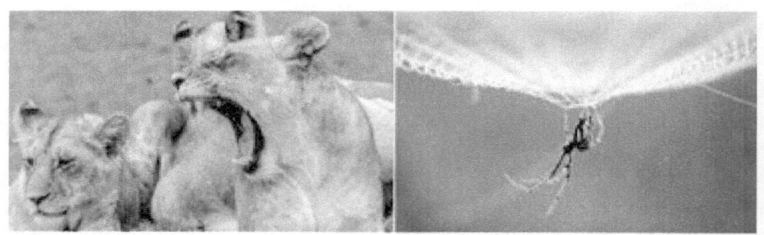

Ở Học Viện Kỹ Thuật Massachusetts (MIT), các khoa học gia định dạng được lưới nhện có một cấu trúc độc đáo tựa như âm nhạc. Từ đó, họ đã mô phỏng cấu trúc trong không gian của mạng nhện, chuyển thành khúc nhạc có âm điệu hạc cầm (harp), để tìm hiểu cách loài nhện trao đổi thông tin với nhau. Bản *Cung Đàn Lưới Nhện* này nghe đầy âm khí

> *Men theo lưới võng giăng màn,*
> *Người mong nghe lén tiếng đàn thâm u...*
> *Nhện nằm vắt vẻo mật khu,*
> *Tám chân nhẹ lắc điệu ru tử thần!*

Xuyên Bối Mẫu là một giống cây có công dụng trị ho, thường được con người truy tìm nhổ về làm thuốc. Gần đây, người ta thấy chúng có bước tiến hóa, đột biến màu sắc khác nhau, tùy theo vùng đất. Vùng nào cây dễ bị nhận dạng, dễ bị nhổ, cắt, thì chúng biến màu cho tiệp với đất đá xung quanh: một cách ngụy trang, khiến việc hái thuốc ngày càng khó khăn!

Trác táng nên ho tổn nhiệt hàn,
Chém cây làm thuốc, ác hơn quan!
Giờ cây hóa đá, tìm đâu nữa,
Mau sớm về lo nhập niết bàn...

Từ lâu nay, toàn thế giới được đồng bộ trong thời gian nhờ những chiếc đồng hồ nguyên tử. Độ chính xác của chúng rất cao, nhưng hình như vẫn chưa làm các nhà bác học hài lòng. Gần đây, MIT đã cải tiến kỹ thuật lượng tử trong các đồng hồ nguyên tử này để chúng đạt đến độ chính xác cao hơn trong khoảng thời gian ngắn hơn. Việc liên tục sửa đồng hồ để *Chỉnh Thời Gian* ngày càng tinh vi, nhưng có lẽ hãy còn quá sớm để biết đến những hậu quả khó lường về sau

Có mỗi đồng hồ vũ trụ,
Cứ mong chỉnh lại thời gian!
Lượng tử quay cuồng tinh tú:
Khác chi giục giã ngày tàn...

Những Vần Thơ Ghi Vội

28-03-2021

Nhà thơ HVD đăng hình hai vợ chồng uống café trên Facebook kèm một bài thơ rất tình tứ, trong đó có câu

> *Thì thôi sắp hết nợ nần,*
> *Thiên thu có gặp, như lần này không?*

Có người bình luận "tại sao không uống beer?" Tôi ghi

> *Đời có em rồi, beer nữa chi?*
> *Café cũng đủ chứng tình si!*
> *Giọt đen, giọt đắng? Cùng nhau cạn,*
> *Thiên hạ trầm trồ: ngọt quá đi!*

Nhà thơ Bắc Phong, trong bài thơ bên trái dưới đây, kể chuyện một cụ ông *Đặt Hoa Bên Mộ* cụ bà, nhưng khi về đến nhà, ông lại thấy chính bó hoa đó lại đang cắm trong bình trên bàn! Trong bài bên phải, tôi nghĩ bà mới là người đặt hoa, còn ông chỉ đang chiêm bao khi ngủ say dưới lòng đất

Ông đặt hoa huệ mộ bà
Hôm ấy trời xám mưa sa lặng thầm
Về nhà ông thấy giữa bàn
Bình hoa huệ trắng ai mang cắm vào

Ông đang chiêm bao đấy mà...
Mặt bàn, bia mộ, cũng là một thôi!
Nằm trong lòng đất, ông ơi,
Nương hương hoa, nhớ về chơi,
thăm bà.

Một người bạn thăm chùa Trung Linh Tháp (忠霊塔) không nhằm mùa hoa đào nở, chụp ảnh núi Phú Sĩ đỉnh không phủ tuyết. Tôi ghi vội bốn câu ngắn, và cả gan viết thành bài cú tiếng Nhật - làm trò cười cho vui! Nhờ cô cháu đọc lại bài

này, tôi được cô tặng ngay bức ảnh cô ghi cảnh núi Phú Sĩ tuyết phủ với rừng đào nở đầy hoa. Thế là có thêm phiên bản thơ bên phải, còn bài cú thì có câu 3 chuyển hướng bên dưới

Về Trung Linh Tháp		*Về Trung Linh Tháp*
Từ Phú Sĩ San		*Từ Phú Sĩ San*
Quá tuổi hồng nhan		*Đào vẫn hồng nhan*
Đào vui Phật pháp...		*Gieo duyên Phật pháp...*
富士山から	*fujisan kara*	*từ núi Phú Sĩ*
忠霊塔へ	*chūrei-tō e*	*về chùa Trung Linh Tháp*
桜枝	*sakura eda*	*nhánh đào*
桜咲く	*sakura kura*	*hoa đào nở*

Mùa xuân đến, bản *Đón Xuân Này Nhớ Xuân Xưa* của Châu Kỳ làm tôi thầm nhớ bài *Ngày Xuân Nhớ Xuân* của Tản Đà. Nếu phổi còn tốt không đóng băng vì dị ứng *Đầu Xuân*, chắc tôi cũng đang ngậm ngùi với mùi cỏ mới cắt quen thuộc bao năm

Bấm nút lò vi ba
Rã đông lá phổi già
Thở xem mùi cỏ mới
Có thoảng hồn năm qua...

Quán Gia Phi

20-04-2021

Gia Phi không phải là tên, và Quán không phải là họ. Quán ở đây thuần túy là quán, một cái quán, như quán cơm, quán rượu... Gia Phi là âm Hán Việt của 咖啡, tức café. Vậy đó là một cái quán nơi người ta đến để uống café, và Quán Gia Phi, nói theo ngôn ngữ thời mạng, chỉ là bút danh, có thể dùng để ghi dưới những bài văn, bài ký, bài thơ...

Tôi vốn thích café từ... lâu lắm, và hay la cà ngồi quán với bạn bè. Nhớ có ai đó đã nói có thể dùng âm nhạc để đánh dấu những mốc quan trọng trong đời - tôi không có những mốc đánh dấu được một cách rõ ràng bằng âm nhạc, nhưng đại để có thể nói, có ba bản nhạc mà tôi ưa thích một cách đặc biệt.

Bản thứ nhất là *Quán Nửa Khuya* của Tuấn Khanh và Hoài Linh. Bản này đi vào lòng tôi trong thời gian làm việc ngắn hạn nhiều lần ở Đà Lạt, vừa nghèo, vừa lạnh, vừa cô đơn, cô đơn đến phải *lê đôi gót trên khắp chốn ngàn phương để tìm thương*... Cùng với vài đứa bạn quên sầu đời bên tách café, biết rằng mai đây trên vạn nẻo đường, chắc chỉ *nhớ nhau chăng là mỗi lúc đêm về*... Nghèo mà cứ *Mơ*...

Quán nửa khuya, không giấu được buồn,
Gục đầu, tay chống trán, cô đơn.
Sau quầy, cô chủ tim dồn nhịp...
Tiễn khách, hay vòi một nụ hôn?

Bản thứ hai là *Quán Gió Chiều Mưa* của Nguyễn Hữu Sáng. Khi mạng internet còn phôi thai, tôi và một người không quen tình cờ hợp tác với nhau qua Yahoo Mail để ghi lại lời hát, lúc đó đã thất truyền, rồi phát lên youtube qua giọng hát Thư Kim, bạn gái của người đó. Chúng tôi cùng hình dung cảnh *dừng chân nơi quán gió, nhắp ly café đá...* riêng tôi thì ước có ai đó để thì thầm *tìm quên đi em đây rượu nồng, hồng lên đôi môi còn đợi mong...* Nhưng vì chỉ dựa vào ký ức, chúng tôi đã có nhiều chỗ ghi sai, và đáng tiếc, tất cả các phiên bản trên mạng hiện nay đều chép lại đúng y những lỗi sai đó. Xin tạ lỗi với nhạc sĩ qua bài thơ cùng tên như sau

Quán gió, chiều mưa, nhạc thiếu lời,
Nhưng người trông quán hồng hồng môi!
Bước chân hồ hải... dừng chưa nhỉ?
Ôi! Tách café giấu miệng cười...

Trong cơn đại dịch Covid-19, không thể ngồi quán, lại nhớ đến bài đề từ tập thơ *Ngồi Quán* của Vũ Hoàng Chương

Thời không đều nhỏ hẹp
Chẳng bằng căn gác xép
Ta dựng quán ta ngồi
Cho ngàn sao có ngôi.

Tôi cũng thu xếp một góc nhà làm quán tại gia, vừa uống café tự pha vừa xem các show nhạc YouTube. Bỗng dưng thấy thích bài *Thành Sầu* của Vũ Thanh do Đức Tân trình bày, như đã từng cùng *vàng tay ta đốt, khói thuốc xây thành sầu*, để rồi *ngụp lặn trong men cay, nhưng trớ trêu thay, càng say sầu càng sầu...* Thế là có bài thơ cùng tên

Thành sầu ai dựng chắn đời ta?
Nghẽn lối về tim đếm tuổi hoa.
Men đắng, hư thân, rù quến mãi,
Ghìm hương cay giữa ngực sa đà...

Tôi Yêu Tiếng Nước Tôi

Về Bài Thơ Tống Biệt Của Tản Đà

28-03-2021

Khắp nơi trên mạng đều có chép và bình giảng bài thơ tuyệt tác *Tống Biệt* của Tản Đà, nhưng thường chép nhiều chữ sai giống nhau. Hầu hết cũng chú giống nhau rằng bài thơ này viết theo một điệu Từ gọi là Hoa Phong Lạc - có nơi ghi Hoa Phong Lục - mà không ai đưa ra dẫn chứng cùng giải thích gì về điệu Từ này. Sau nhiều cố gắng tìm hiểu và tra cứu các điệu Từ chính thống đời Đường, Tống, tôi bỏ cuộc, tạm xếp Hoa Phong Lạc (Lục) vào Từ điệu "404 Not Found".

Trong *Tản Đà Vận Văn Toàn Tập*, bài thơ 65 chữ này không xếp vào phần Từ Khúc, mà xếp vào phần Kịch Văn (trích đoạn vở chèo *Thiên Thai*.) Phần Từ Khúc có 6 bài, trong đó chỉ bài *Thương Dỗ Người Chê Chồng*, với 59 chữ, mới ghi là điệu Hoa

Phong Lạc. Những bài khác thì ghi là điệu Vân Thê, Đoản Mã, nhưng không thể tìm thấy các từ điệu này - có lẽ đó là các ca khúc mới.

Xét cho cùng, chỉ có thể xếp *Tống Biệt* vào phần thơ "Trường Đoản", chứ không thể coi là Từ đúng nghĩa. Cũng trong Tản Đà Vận Văn Toàn Tập, hai đoạn ngắn sau đây thuộc phần Trường Đoản, trích từ *Cảm Thu, Tiễn Thu*

> *Người đời ai cảm? Ta không biết!*
> *Ta cảm thay ai viết mấy lời.*
> *Thôi thời:*
> *Cùng thu tạm biệt,*
> *Thu hãy tạm lui...*

và trích từ *Thơ Mới*

Đờn là đờn,
Thơ là thơ,
Thơ thời có chữ, đờn có tơ,
Nếu không phá cách vứt điệu luật,
Khó cho thiên hạ đến bao giờ?

Về âm điệu, thấy thất ngôn luật là chính, kèm theo vài câu 3 hay 4 chữ, có thể coi như một lối thơ mới thời tiền chiến. Cấu trúc của *Tống Biệt* cũng giống như vậy, nhưng cách trình bày lại chính là cái mà văn học trong nước gần đây bỗng dưng rần rộ xưng tụng là lối thơ "tân hình thức" mới mẻ!

Lá đào rơi rắc lối thiên thai,
Suối tiễn, oanh đưa, những ngậm ngùi!
Nửa năm tiên cảnh,
Một bước trần ai,
Ước cũ duyên thừa có thế thôi!
Đá mòn, rêu nhạt,
Nước chảy, huê trôi,
Cái hạc bay lên vút tận trời!
Trời đất từ đây xa cách mãi.
Cửa động,
Đầu non,
Đường lối cũ,
Nghìn năm thơ thẩn bóng trăng chơi.

Lưu Thủy Hành Vân

31-03-2021

Theo nhiều nguồn trên mạng, điệu Lưu Thủy Hành Vân (nước chảy mây bay) trong âm nhạc miền Nam là một giản thể của điệu Hoài Cầu trong Hồ Quảng. Đại chúng cũng cho rằng nhạc sĩ Viễn Châu (tức Bảy Bá) đã tinh giản điệu Hoài Cầu và chỉnh lý câu cuối cho mượt mà hơn để trở thành điệu Lưu Thủy Hành Vân dùng trong các bài vọng cổ và tuồng cải lương.

Ai cũng có thể đặt lời để hát theo điệu Lưu Thủy Hành Vân. Việc soạn lời cho một điệu nhạc có sẵn như vậy là một việc làm tao nhã trong văn học Trung Hoa, và những tác phẩm này được gọi là Từ. (Việc này trái ngược với việc các nhạc sĩ Việt thường làm là phổ thơ thành nhạc.) Nói khác đi, có thể coi Lưu Thủy Hành Vân là một điệu Từ trong thi ca Việt.

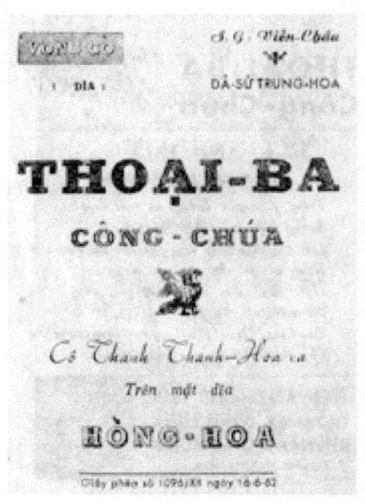

Ở lãnh vực này, Viễn Châu có nhiều bài được lưu truyền nhất

Thoại Ba Công Chúa (Viễn Châu)

Trông gió ngựa đường xa ruổi dung, sương trắng rơi chập chùng. Lên yên, thân thiếp xông pha đâu nài quan san, nong nả sao cho gặp mặt chàng.

Nghe tiếng nhạc chìm trong gió sương, ai mải mê trên đường. Phu lang, ôi hỡi phu lang mau dừng cương yên, cho thiếp đây tâm sự phân trần.

Gánh Cải Trạng Nguyên (Viễn Châu)

Anh chớ vội phiền lo lắng chi. Giờ có em bên mình, anh nên cố gắng sớm hôm miệt mài sử kinh. Ngày lên kinh xứng danh trên bảng vàng.

Ôi xót thương làm sao thân nữ nhi. Nàng vẫn luôn chung tình, anh đây cố gắng sử kinh đêm ngày dồi trau. Ngày vinh quy đón em theo chồng. . . .

Dương Quý Phi (Thế Châu)

Hoa hé nụ còn thua nét môi, làn tóc mây như người. Ai đem non biếc trải xanh thành đôi mi, màu tà dương ẩn trên môi hồng.

Hơi gió lạnh vào cung như giấc mơ, hồn thoáng run lạnh lùng. Yêu ai... sao cứ ngại ngùng... bâng khuâng. Điệu cung son biết bao ân tình.

Nhụy Kiều Tướng Quân (Hoàng Anh Chi)

Giao sứ mạng người trai qua sói lang, ngàn hiểm nguy đang chờ. Nơi đây, bao kẻ thân thương đêm ngày đợi trông, ngày vinh quang chiến công mang về.

Mang sứ mạng vì dân ta dấn thân, ngàn hiểm nguy coi thường. Nơi đây bao kẻ thân thương đêm ngày đợi trông, ngày vinh quang chiến công mang về.

Tình Say Chẳng Nói Mà Say (NK)

Say mấy đêm liền không có thơ, dù nhớ thương vô bờ. Trao em, trang giấy đơn côi, vẫn còn tinh khôi, chan chứa bao ân tình không lời.

Đêm ái ân cần chi đến thơ: lòng đã yêu bao giờ. Trao anh, đôi mắt lung linh, nét cười xinh xinh - không nói nhưng say vùi men tình.

Xin kết bằng một bài thơ ngẫu hứng khi viết những dòng này

Điệu từ Lưu Thủy Hành Vân:
Hơi ca Lục Tỉnh, lòng dân Nam Kỳ.
Xừ xang xê líu - chưa gì
Đã nghe giọng Nước thầm thì gọi Mây...

Đoán Thơ Vũ Hoàng Chương

02-04-2021

Vũ Hoàng Chương làm thơ rất cẩn trọng. Ông cân nhắc từng chữ, từng âm điệu, từng vần, từng nghĩa, giữ mạch lạc cho từng câu, từng đoạn thơ, hoàn chỉnh cách dẫn ý, chuyển ý, đảo ý, và bố cục của toàn bài. Nói cách khác, mỗi bài thơ của ông không chỉ là một tác phẩm tuyệt vời của nghệ thuật mà còn là một công trình tinh xảo của luận lý. Trong tập thơ *Hoa Đăng*, ông hóm hỉnh cho in thêm hai câu vào trang cuối:

Hoa Đăng, thi phẩm Vũ Hoàng Chương
Năm chục đề thơ, chín chục trương

Khi đưa các tập thơ của ông lên mạng, tôi mạo muội viết thêm cho thành bài thơ nói lên tâm nguyện của mình

Từng chữ ân cần sao chép lại
Cho đời xanh mãi mộng Thi Vương.

Tôi cũng từng đố vui về bài *Nguyện Cầu* của ông, hỏi trong câu cuối ở đoạn dưới đây ông đã níu trời bằng cánh tay nào

Ta van cát bụi bên đường
Dù nhơ dù sạch đừng vương gót này
Để ta tròn một kiếp say
Cao xanh liều một cánh tay níu trời

Một bức tranh ở nhà Vũ Hoàng Tuân (con trai ông) vẽ ông mặc áo dài nâu nhạt, và nhìn vào đó, ông đã viết

Ta ngắm trông vào cái chính ta:
Hồn xanh trong nếp áo thu già,
Tay kia từng níu trời cao mãi,
Nay chống ô chờ đất nở hoa.

Vậy tay chống ô chính là tay níu trời - và theo bức họa, đó là tay phải. Vào cuối đời, khi bị giam giữ trong khám Chí Hòa vì không chịu nghe lời Lưu Trọng Lư làm thơ để tung hô bộ đội Trường Sơn, ông gởi ra ngoài một bài thơ viết tay được lan truyền rộng rãi. Trong bài này, có một chữ có vấn đề

> Một manh chiếu **lẻ** hồn ngây ngất
> Ba chén cơm rau xác mỏi mòn

Chiếu "lẻ"? Truy nguyên, những bản trước đó chép là chiếu "lỉa". Trước đó nữa, các bản chuyền tay đầu tiên thì ghi là chiếu "nỉa". Vậy là về sau, hẳn có người đoán rằng chắc người trước phát âm nhầm l thành n, nên viết sai thành "nỉa". Nhưng dù nỉa hay lỉa, chẳng có nhà thơ, nhà ngôn ngữ nào biết đó là chiếu gì. Cuối cùng người ta sửa đại là chiếu "lẻ".

Muốn biết chữ nào thật sự là chữ của nhà thơ, tôi trở lại bản chép tay đầu tiên, suy nghĩ mãi về manh chiếu "nỉa". Trong một phút xuất thần, trên đoạn highway I-5 từ San Jose về Little Saigon, tôi có cảm tưởng như Vũ quân gõ thước lên đầu tôi và gắt "Nhìn kỹ đi, *vải*, sao lại đọc là *nỉa* được kia chứ!" Thật rõ ràng, khi viết tháu, chữ a không khép kín, dấu chấm trên đầu chữ i không thật đúng chỗ... Thế là tôi đã "đoán" xong vấn nạn của bài *Thơ Gửi Vợ*

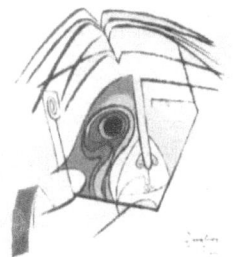

> Thấm thoát vào đây đã tháng tròn
> Lông hồng gieo xuống nặng bằng non
> Một manh chiếu vải hồn ngây ngất
> Ba chén cơm rau xác mỏi mòn
> Ngày đến bữa ăn càng nhớ vợ
> Đêm về giấc ngủ lại thương con
> Bao nhiêu nước chảy qua cầu nữa
> Chẳng dễ gì phai được tấm son.

Viết Theo Thơ Tiếng Việt

25-03-2021

Người ta hay nói *cái bực mình khi kể một chuyện vui hay, là làm cho người khác nhớ lại một chuyện vui dở.* Bởi vậy, trong các lần gặp gỡ bạn bè, tôi ít khi nào kể chuyện ngay sau khi người khác vừa kể, dù chuyện mình có thể thú vị hơn.

Nhưng làm thơ thì khác. Đọc được một bài thơ hay, tôi luôn nghĩ ngợi lan man, và đôi khi nảy ra những ý nghĩ tuy tương tự nhưng không hẳn có trong bài thơ vừa đọc, rồi tự nhiên viết xuống. Nếu bài thơ nguyên thủy là tiếng Anh, Pháp,

Nhật, hay Hoa, thì dễ rồi, chỉ việc gọi bài của mình là phỏng dịch, hay dịch thoát là xong. Nhưng nếu cũng là tiếng Việt thì sao? Muốn tránh lỗi đạo thơ, phải gọi là viết theo. Và đây là một thí dụ, nguyên tác của Trương Quân

> *Thử sánh đời thơ với kiếp hàu:*
> *Nuốt sầu, ngậm cát, kém gì nhau?*
> *Cớ chi dưỡng cát, nuôi sầu lớn,*
> *Cát hóa trân châu, sầu hóa... sầu?*

và hai bài viết theo, bài theo sát là *Chất Ngọc Nhà Thơ* và bài theo mà chuyển hướng là *Bếp Thơ*

> *Thấy hàu ngậm cát, nhả trân châu,*
> *Ta cũng ngu ngơ ngậm lấy sầu.*
> *Ngày dưỡng mê cuồng, đêm đắp nhớ,*
> *Đâu ngờ... đứt ruột nhả tim đau!*

Thử so làm bếp với làm thơ:
Ướp mặn nồng, nêm ngọt, rắc mơ.
Bếp dưỡng thân hình, thơ dưỡng tính,
Ghiền hương, nhớ vị, tự bao giờ...

Tương tự, bài *Kích Thước Chân Thân* của Vũ Hoàng Chương

Con sâu đo lá chợt vươn mình
Từng đốt nhoài qua mép tử sinh
Bắt gặp bề sâu nhìn mãi xuống
Đo trong thăm thẳm cái nguyên hình.

đã nghiễm nhiên biến thành bài viết theo *Giờ Phút Hóa Thân*

Sâu non ăn hết lá trên cành,
Ngước mắt nhìn trời thăm thẳm xanh,
Chợt thấy ba chiều giăng tuyết trắng,
Cuộn mình trong kén đợi tàn canh.

Phương Ngữ Đồng Nghĩa?

05-05-2021

Lần duy nhất thăm Hà Nội, tôi đã cố gắng học một ít tiếng Bắc địa phương - giờ gọi là "phương ngữ" - để phòng thân. Mọi chuyện êm xuôi, cho đến một sáng tinh sương ngồi quán vỉa hè, tại hàng nước vối của một bà cụ. Tôi nói cách thận trọng: "cụ cho cháu một *ly chè* nóng." Bà cụ quay nhìn tôi, xong quay đi... Tôi chờ mãi chẳng thấy gì,

lại lễ phép nhắc: "cụ cho cháu một *ly chè* nóng." Chợt người bạn cùng đi lắc lắc tay tôi: "nói vậy sao bả hiểu, phải nói là *cốc chè* ông ơi!"

Nhớ lại những năm đầu sau tháng Tư đen, bọn trẻ quanh phố hay hát chế bài *Khúc Nhạc Đồng Quê* của Thúc Đăng (tức Mạnh Phát), nói về những bất đồng ngôn ngữ *"quê hương anh, cái mùng mà kêu cái màn, cái kèn mà kêu cái còi..."* Tôi bắt đầu suy gẫm không biết có phải thật đúng cái *ly* là cái *cốc*, cái *mùng* là cái *màn*, cái *kèn* là cái *còi*? Nói khác đi, những phương ngữ Bắc và Nam có hoàn toàn hoán chuyển với nhau được không?

Hẳn là không. Có thể nói *thổi kèn*, *thổi còi*, nhưng chỉ có thể nói *kèn đám ma*, hay *còi xe lửa*. Có thể nói *ngủ mùng*, *ngủ màn*, nhưng ở Bắc *mùng* còn có thể là lưới (võng) của con nhện, và người cả hai miền đều nói *màn trời chiếu đất*. Tiếp đến là *hoa* và *bông*, hai chữ gần như đồng nghĩa trong rất nhiều trường hợp, từ *hoa hồng*, *bông hồng* đến *hoa tai*, *bông tai*. Tuy nhiên, người Nam có thể nói *bông hoa* nhưng người Bắc không bao giờ nói *hoa bông*. Ngược lại, Nam cũng nói *hoa tay*, và Bắc cũng nói *bông gòn*.

Ngày trước, tôi vẫn nghĩ *bơi* đồng nghĩa với *lội*, nhưng giờ thì biết là có khác: ngoài nghĩa chung là di chuyển thân người khi dìm trong nước, *bơi* còn là chèo, như trong *bơi thuyền, bơi xuồng*, và *lội* còn là đi, như *lội ruộng, lội bộ*. Tôi cũng thường nghĩ chữ tương đương với *hột* miền Nam là *hạt* ở miền Bắc. Khi người Nam nói *hột ngọc, hột mè* thì người Bắc nói *hạt ngọc, hạt vừng*.

Nhưng khi miền Nam coi như gà vịt là trái vì trong chúng có *hột (hột gà, hột vịt)*, thì miền Bắc lại coi như gà vịt là cây vì chúng cho những *quả trứng*. Tuy nhiên, chỉ được nói *hột gà, hột vịt*, nhưng vẫn phải nói *trứng cút, trứng cá*...

Cuối một buổi tiệc chia tay, có nhà thơ nâng chén trà lên hỏi bạn "đây là cái *chung* hay cái *ly*?" Đúng ra, cái người Nam gọi là *ly* thì người Bắc gọi là *cốc* như đã bàn ở trên, còn cái người Nam gọi là *chung* thì người Bắc gọi là *chén*. Phiền phức hơn nữa, cái người Nam gọi là *chén* thì người Bắc gọi là *bát*. Tuy nhiên, khi người Bắc nói *bát hương* thì người Nam cũng nói *bát nhang*. Khi nhìn nhận trên Facebook rằng tôi chưa biết cái người Nam gọi là *tô* thì người Bắc gọi là gì, tôi được các bạn cho biết ngay đó là cái... *bát tô*...

Vay Mượn Tiếng Hoa, Kỳ I

03-04-2021

Bây giờ mà còn nói đến chuyện tiếng Việt vay mượn tiếng Hoa, chắc bạn đọc sẽ bĩu môi "Hừ, cũ xì!" Bạn nói rất đúng, thế nhưng bạn có biết *cũ xì* chính là tiếng Hoa giọng Quảng không? Đó là 古時, tức *cổ thời*, có nghĩa "hồi xưa".

Chúng ta còn hay dùng chữ nửa Việt nửa Hoa, như bánh *bẻng*, cháo *chúc*, chú *chệt*, thím *xẩm*. Cũng nên biết *bẻng* là giọng Quảng của 餅 (*bính*, tức bánh), *chúc* là giọng Phước Kiến của 粥 (*chúc*, tức cháo), *chệt* là giọng Tiều của 叔 (*thúc*, tức chú), và *xẩm* là giọng Quảng của 嬸 (*thẩm*, tức thím.)

Trong âm lịch, ta vẫn nói tháng Giêng và tháng Chạp, thay vì tháng 1 và tháng 12. *Giêng* là giọng Quảng của 正, tức *chính*, trong Chính nguyệt (正月) là tháng 1, và *Chạp* là giọng Quảng của 臘, tức *lạp*, trong Lạp nguyệt (臘月) là tháng 12.

Trong một quyển sách tổng hợp các bài viết của họ ngoại tôi, có ai đó nhắc đến món ăn "hầm bà lằng", và nói 3 chữ này không có nghĩa, chỉ gọi cho vui. Rất tiếc tôi không thể đồng ý, vì 3 chữ đó chính là 含巴攏, tức *hàm ba long* đọc theo giọng Tiều Châu hay Phước Kiến, nghĩa là trộn chung lại với nhau - cách nấu dùng tất cả mọi nguyên liệu sẵn có.

Ở miền Nam, tôi quen với món hoành thánh, nhưng khi đi Hà Nội, tôi lại thấy hàng quán đều ghi là vằn thắn. Thì ra *hoành thánh* phát âm giọng Nam hay *vằn thắn* giọng Bắc hay cả *wonton* tiếng Anh, đều do đọc theo giọng Quảng của 雲吞 (*vân thôn*), mà theo từ nguyên thì do 餛飩 (*hồn đồn*) tức bánh quai vạc, và cả hai đều bắt nguồn từ 混沌 (hỗn độn) - trộn lẫn lộn các thứ - như nhân bánh quai vạc và nhân hoành thánh.

Một món ăn khác rất phổ thông ở miền Nam là *phá lấu*. Có hai giải thích. Một, đó là giọng Tiều Châu của 打滷 (đả lỗ), và hai, đó là giọng Quảng của 拍滷 (phách lỗ). Chữ *lỗ* có nghĩa là hầm với nước tương và gia vị thơm, trong khi cả *đả* lẫn *phách* đều có nghĩa là *đánh*. Tôi tin *đả lỗ* đúng hơn, vì chỉ có giọng Phước Kiến hay Tiều Châu mới đọc *đả* thành *phá* - mà món này lại là món đặc biệt của người Tiều. Tự điển Hoa ngữ cũng chỉ ghi *phách lỗ* là "nước canh có pha bột cho đặc sệt". Thêm nữa, ở Toronto - nơi phố Tàu toàn người Quảng đến từ Hương Cảng - không thấy ai gọi món này là *phá lấu* hay *phách lỗ*, mà gọi là *lậu mẫy*, đọc theo giọng Quảng của 滷味 (lỗ vị.)

Một món quen thuộc nữa là *tàu hủ*, đó là 豆腐 (*đậu hủ*) đọc theo giọng Quảng. Một cách gọi khác là *đậu phụ*, nhưng để đúng Hán Việt, phải là *đậu hủ*. Hơn nữa, *hủ* phải luôn viết với dấu hỏi, vì có nghĩa là hư, nát - như trong cổ hủ, hủ lậu.

Có một chữ hơi lạ, không phải món ăn mà có liên quan đến món ăn, đó là *xí ngầu*. Tên đầy đủ là *xí ngầu lắc*, giọng Tiều Châu của 四五六 (*tứ ngũ lục*), vì trên mỗi mặt của nó có các chấm, từ 1 đến 4, 5, 6. Món ăn có hơi hám của *xí ngầu* là *bò lúc lắc*, vì trong món này, thịt bò phải xắt nhỏ cỡ như hột lúc lắc - tên tiếng Việt của hột *xí ngầu*. Không phải là lúc lắc cái chảo hay đầu bếp tự lúc lắc thân mình khi chế biến đâu nhé!

Vay Mượn Tiếng Hoa, Kỳ II

14-04-2021

Ngày xưa tôi thường nghe anh Ba tôi nói "tên đó định giở *xí mứng* gì đây!" Tôi không rõ xí mứng là gì, hiểu lờ mờ là nhiều mưu mẹo để lừa gạt người khác. Bây giờ, nhờ các ông Nôm Lookup, Wiktionary, và Google, tôi được biết đó là âm Tiều Châu của *tứ môn* (四門), nôm na là bốn cửa. Tại sao lại bốn cửa? Đó là tiếng lóng, ý nói có nhiều phương kế (đến những 4 cửa!) để điều khiển người khác làm theo ý mình.

Cũng ông anh này, mẹ tôi kể, lúc nhỏ, mỗi lần được ăn *hủ tíu* thì hay đòi "*xá bấu, xá bấu*!" Hủ
tíu là phát âm giọng Tiều Châu của
quả điều (粿條) - quả là thớt, điều
là cọng dài, còn xá bấu là âm giọng
Tiều Châu của *thái phủ* (菜脯),
nghĩa là cải mặn, tức củ cải muối,
thường xắt nhỏ bỏ vào tô hủ tíu cho hương vị thêm đậm đà.

Tôi từng nói về chữ *bẻng*, âm Tiều Châu của *bính* (餅), tức bánh. Âm Phước Kiến của bính lại là *bía*, có trong *bánh bía*, *bò bía*, với *bò* là âm Phước Kiến của *bạc* (薄), nghĩa là mỏng.

Sau biến cố tháng Tư, tôi cùng một người bạn gần nhà thường ôm bụng đói đi học. Hôm nào có chút tiền thì ghé một xe cũ kỹ bên đường có bán bánh *bao chỉ*, mua một phần bốn cái
nhỏ, chia nhau ăn cho đỡ đói. Sao gọi là bao chỉ? Bánh đó là *nhu mễ tư* (糯米餈), bánh bột nếp, chữ *tư* còn có thể viết là 糍, cả hai lối viết đều có âm Quảng Đông là *chỉ*.

Hai món ăn quen thuộc có tên cũng từ giọng Quảng là *há cảo*, tức *hà giáo* (蝦餃) và *sủi cảo*, tức *thủy giáo* (水餃), trong đó hà

Viết Lên Vách Quán

là tôm, giáo là bánh bột có nhân, và thủy là nước canh. Ba món ăn cũng có tên vay từ giọng Quảng là *xíu mại, xá xíu,* và *xí quách.* Xíu mại là phát âm của *thiêu mại* (燒賣), nấu xong bán ngay - chắc món này phải ăn liền khi vừa nấu xong. Xá

xíu là phát âm của *thoa thiêu* (叉燒), nghĩa là nướng bằng que xiên, còn xí quách là *trư cốt* (豬骨), nghĩa là xương heo. Một thức uống cũng có tên vay từ giọng Quảng là *xây chừng.* Xây chừng là ly café đen nhỏ, âm Quảng Đông của *tế tịnh* (細淨), với tế là nhỏ, còn tịnh là tinh khiết, nguyên chất.

Cũng có nhiều trang mạng giảng sai về hai chữ *lì xì* và *tả pín lù.* Hai chữ này chỉ có người Quảng Đông dùng. Những nơi khác, hay trong tiếng Quan Thoại, lại dùng những chữ khác. Lì xì là

phát âm của *lợi thị* (利市), nghĩa là buôn bán có lời, còn tả pín lù là phát âm của *đả biên lô* (打邊爐), coi như tiếng lóng để chỉ món lẩu - ta hiểu là thức ăn có đủ thứ món trong đó.

Để chỉ người Hoa, ta còn dùng chữ *cắc chú,* phát âm giọng Quảng của *khách trú* (客住), chỉ người đến ở tạm. Một chữ khác cũng chỉ người Hoa, nhưng không xuất phát từ tiếng Hoa, đó là *Ba Tàu.* Nguồn gốc của chữ này khá mơ hồ, nhưng thuyết vững chắc nhất là do vào thế kỷ XIX có một nhóm rất đông người Hoa tị nạn nhà Thanh, đến cảng Sài Gòn bằng một đoàn gồm ba chiến thuyền - ba chiếc tàu - nên được gọi là những người ở trên ba tàu... dần dần rút gọn lại thành Ba Tàu. Về sau, nói cho nghe lịch sự hơn, là người Tàu.

Tán Nhảm Về Thành Ngữ, Tục Ngữ

30-03-2021

Thuở còn đi học, lớp tôi đã được một thầy Pháp Văn dạy rất kỹ: dịch thành ngữ, tục ngữ, phải dịch theo tinh thần, không thể dịch theo nghĩa chữ. Thầy cho thí dụ, câu *petit à petit, l'oiseau fait son nid* không thể dịch là "chim xây tổ dần dần từng chút một" mà phải dùng câu tương đương *kiến tha lâu đầy tổ* mới hợp với tinh thần người Việt, tiếng Việt.

Nhưng không phải ai cũng theo bài học đó. Tôi nghe nhiều người nói *vạch lá tìm sâu, bới lông tìm vết*. Nói như vậy là sai với tinh túy của hồn Việt. Trước hết, thành ngữ Việt chỉ có phần đầu, *vạch lá tìm sâu*. Bới lông tìm vết là bắt chước Hàn Phi Tử của Trung Hoa, mà bắt chước sai. Câu của Hàn Phi Tử là "*xuy mao cầu tỳ* (吹毛求疵)", nghĩa là thổi lông tìm vết. Thổi, chứ không phải bới, thổi lông con vật sống để tìm xem da có tì vết gì không. Hơn nữa, khi tạo thành ngữ đôi, muốn đi vào tâm hồn dân Việt, cần có vần điệu cho dễ nhớ, mà hình ảnh cũng phải gần gũi với người bình dân. Như vậy, là người Việt, mình phải nói *vạch lá tìm sâu, vạch đầu tìm chí*.

Người Nhật thì có một câu tục ngữ đã khiến họ tốn không biết bao nhiêu giấy mực và thời giờ trên mạng để biện minh. Đó là 七転び八起き (*nana korobi ya oki*) - nếu chỉ đọc phần Hán tự thì là *thất chuyển bát khởi*. Nghĩa của câu này là "bảy lần té ngã, tám lần đứng dậy." Tại sao té chỉ 7 lần mà có thể đứng dậy đến 8 lần? Hoặc họ có cách đếm 8 thành 7?

Người Hoa cũng vậy, họ nói *thập tử nhất sinh* (十死一住). Tại sao lại "mười phần chết, một phần sống?" Tại sao hàm ý toàn thể là 11 (vì 10 + 1 = 11), mà không là 10 cho đơn giản. Hay là cũng có cách đếm 11 thành 10? Thơ *Phiếu Hữu Mai* (標有梅) trong Kinh Thi cũng chỉ nói *kỳ thực thất hề* (其實七兮 mơ rụng bớt, chỉ còn bảy phần), *kỳ thực tam hề* (其實三兮 mơ rụng nhiều, chỉ còn ba phần), và *khuynh khuông hí chi* (頃筐墍之 mơ rụng hết, nghiêng giỏ lượm thôi.) Rõ ràng là mơ hồ, chẳng chịu nói khi rụng ba hay bảy phần thì còn lại mấy phần!

Nhưng người Việt ta thì khác, không những biết rất chắc chắn 7 + 3 = 10 mà còn biết 2 + 1 = 3 nữa. Chẳng thế mà cụ Trạng Trình đã phán như đinh đóng cột câu sấm long trời lở đất

    Mười phần chết bảy còn ba
    Chết hai còn một mới ra thái bình.

Không nói mù mờ, nhưng ta lại thích nói ngược. Có ai chưa từng dùng thành ngữ *con ông cháu cha*? Con thì phải của cha, cháu thì phải của ông chứ? Tương tự, có ai chưa từng nghe thành ngữ *đường kim mũi chỉ*? Nghe, mà có tự hỏi kim làm gì có đường, chỉ làm gì có mũi - thế sao không nói *mũi kim đường chỉ*? Đó là chưa kể bí quyết làm bếp gia truyền

    Ví dầu cá lóc nấu canh
    Bỏ tiêu cho ngọt, bỏ hành cho thơm

Ai đã từng nấu, từng ăn, hẳn phải biết tiêu thì thơm, hành thì ngọt mới phải chứ? Ôi, chữ với nghĩa...

Vay Mượn Và Võ Đoán

02-05-2021

Trong tiếng Anh, *typhoon* có nghĩa là bão, đồng nghĩa với hurricane hay cyclone. Hầu như ai cũng biết typhoon mượn từ tiếng Hoa, và chắc sẽ nghĩ đó là *đại phong* (大風). Nhưng thật ra không phải vậy, vì *typhoon* không phải đại phong, mà là *đài phong* 颱風, trong đó đài 颱 là dông bão và phong 風 là gió. Tiếng Việt cũng có chữ *cu li* mượn từ tiếng Pháp *coolie*. Nhưng coolie lại là chữ mượn từ tiếng Hoa *khổ lực* (苦力) nghĩa là công việc nặng nhọc (cũng có thể mượn từ tiếng Ấn Hindi कुली - quli, người làm công, nô lệ). Còn một chữ tiếng Anh cũng rất thông dụng là *ketchup* - bạn có biết chữ đó lại mượn từ tiếng Hoa *cở chấp*, là âm Quảng Đông hay Phước Kiến của *già trấp* (茄汁), nghĩa là tomato juice?

Với người Việt, có hai món ngọt ăn lạnh rất phổ thông trong mùa hè - chúng ta thường gọi đại khái là *xương xáo* và *xương xâm*. Đúng ra, món màu đen phải gọi là *xiên xáo*, đó là âm Quan Thoại của *tiên thảo* 仙草, nghĩa là cỏ tiên. Món màu xanh phải gọi là *sương sâm*, vì nó chính là sâm lộ (參露), trong đó lộ nghĩa là sương (dew). Trái *xá lị*, nhiều người bảo đó là âm Quảng Đông của tuyết lê. Đúng ra, đó là *sa lê* (沙梨), với sa nghĩa là cát, vì ăn vào có chút cảm giác như có cát.

Không chỉ mượn tiếng Hoa, chúng ta còn mượn tiếng Khmer (tiếng Miên.) Hai thí dụ điển hình là bao *cà ròn* và giỏ *cần xé*. Cà ròn trong tiếng Khmer là ការ៉ុង (karoung), có nghĩa là cái bao, còn *cần xé* trong tiếng

Khmer là ក្រ្តក (kantrak), có nghĩa là cái giỏ hay cái rổ.

Thành ngữ thông dụng *xáp lá cà* lại mượn từ một thổ ngữ Hmong (Mường). Xáp nghĩa là áp sát, đến gần, còn *lá cà* là *lau qaib* (hay *ra ka*) trong tiếng Hmong, nghĩa là con gà. Vậy đánh *xáp lá cà* là đánh cận chiến "thượng cẳng tay hạ cẳng chân" như hai con gà đá.

Trên mạng, các chuyên gia ngữ học có vẻ cũng võ đoán về một loài "ma" ở dưới nước, gọi nôm na là "ma da". Nhiều thần thoại ly kỳ được thêu dệt quanh câu dọa trẻ em kinh điển "coi chừng bị *ma da* kéo cẳng". Không rõ các chuyên gia có biết *ma da* chỉ là tiếng mượn của tiếng Thái, หมึกยักษ์ (Ɑmụk yạksˀ), đơn giản là con *bạch tuộc* (octopus)?

Cuối cùng, câu tục ngữ phổ biến "*vắng chủ nhà gà mọc đuôi tôm*" có ý nghĩa thật rõ ràng: không có mặt chủ thì người làm sẽ chơi đùa, phá phách. Nhưng tại sao lại "gà mọc đuôi tôm?" Nhiều học giả cho rằng câu này nguyên thủy là "gà vọc niêu tôm", lâu ngày nói sai đi. Tuy nhiên, không ai đưa ra bằng chứng nào về câu nguyên thủy, mà chuyện "lâu ngày nói sai" lại có vẻ gượng ép, còn bảo "gà vọc niêu tôm" thì hình như hơi cưỡng tình đoạt lý. Tuy nhiên, nếu bạn từng nuôi gà lâu năm trong vườn nhà, bạn sẽ biết gà con mới lớn - gà giò tuổi teen - là đám gà quậy phá nhất. Đám này vừa mới trổ lông cánh, mọc chùm lông đuôi ngắn... trông y như đuôi con tôm, chính là lứa *gà mọc đuôi tôm*. Vậy, câu tục ngữ đó không phải là *vắng chủ nhà [thì lũ] gà mọc đuôi tôm*, mà thật ra là *vắng chủ nhà [thì người làm như lũ] gà mọc đuôi tôm*.

Ca Dao Dưới Mắt Một Người Mỹ

13-04-2021

Thường dịch thơ ngoại ngữ sang thơ Việt, đôi khi tôi tự hỏi có nên tiếp tục việc này nữa không, hay ngược lại, giới thiệu thơ tiếng Việt cho người nước ngoài mới là việc cần làm hơn. Biết mình không đủ sức làm thơ ngoại ngữ, đang phân vân thì tình cờ lục được quyển sách mua đã 12 năm... chưa đọc, *Ca Dao Việt Nam*, *Vietnamese Folk Poetry*, do giáo sư **John Balaban**, đại học North Carolina State University, biên dịch.

Rất nhiều câu, bản tiếng Anh tỏ ra nhẹ nhàng, lửng lơ, y như hồn Việt, mà vẫn đầy chất thơ, không chút vụng về ngớ ngẩn

> *Ví dầu cầu ván đóng đinh,*
> *Cầu tre lắt lẻo, gập ghình khó đi.*

> *Even when cross planks are nailed down,*
> *bamboo bridges are shaky, unsound. Hard going.*

Có những câu ca dao soạn theo thể *hứng*, từ ý phụ dẫn đến ý chính, đôi khi chỉ liên lạc nhờ *vần*, dịch giả Balaban cũng đã thản nhiên chấp nhận hai luồng ý trong cùng một dòng thơ

> *Gió đưa bụi chuối sau hè,*
> *Anh mê vợ bé, bỏ bè con thơ.*

> *A breeze stirs babana leaves behind the house.*
> *You're crazy about your second wife and neglect*
> > *our children.*

Nhưng khi sự dẫn dắt này có liên quan, dù chỉ ngấm ngầm, Balaban dễ dàng chấp nhận cái ngấm ngầm ấy rất tự nhiên

> *Nhiễu điều phủ lấy giá gương*
> *Người trong một nước phải thương nhau cùng.*

The Red Cloth drapes the mirror frame.
Men of one country should love one another.

Nói chung, quyển *Ca Dao Việt Nam* này là một tác phẩm biên soạn rất công phu và nhiều tâm huyết, trừ vài điểm nhỏ nhặt khó tránh khỏi cho một công trình hiếm, lạ. Điều này có lẽ do nguồn tài liệu mà Balaban dùng để chọn ca dao đã không chính xác, chẳng hạn như ông đã dịch cả thơ cụ Nguyễn Công Trứ

Kiếp sau xin chớ làm người,
Làm cây thông đứng giữa trời mà reo.

Not a man, in my next life
I'll become a rustling pine.

Dù gì đi nữa, hãy ngã nón cảm tạ Balaban đã làm một việc mà lẽ ra đông đảo chúng ta phải làm. Sau hết, xin cùng thưởng thức một bài ca dao trào lộng mà ông đã khéo chuyển ngữ

Hiu hiu gió thổi đầu non.
Mấy người uống rượu là con Ngọc Hoàng.
Ngọc Hoàng ngồi tựa ngai vàng,
Thấy con uống rượu hai hàng lệ rơi.
Tưởng là con uống con chơi,
Ngờ đâu con uống con rơi xuống đìa.

Soft winds circle the mountain head.
Even whisky lovers were bred by the Jade Lord.
From his gold throne, the Jade Lord
watches them. Down his cheeks huge tears fork and fall.
Because their drinking is merely convivial,
Unaware, a tippler tumblers off into a pond.

Một Quan Niệm Về Dạy Tiếng Việt

13-04-2021

Sau nhiều năm phụ trách một lớp dạy Việt ngữ cho các em sinh trưởng tại Mỹ, cùng nhiều lần thử nghiệm truyền đạt cấp tốc tiếng Việt cho một số bạn Mỹ, tôi đi đến kết luận là cách dạy truyền thống cũng như quan niệm cổ điển về Việt ngữ không những chỉ *lạc hậu* mà còn *sai lầm*, dẫn đến những khổ sở dằn vặt cho cả thầy cô lẫn học sinh từ thế hệ này sang thế hệ khác. Có rất nhiều vấn đề cần đổi mới một cách triệt để, nên trong phạm vi *viết lên vách quán*, tôi không thể nào trình bày đầy đủ, coi như đây chỉ là một gợi ý.

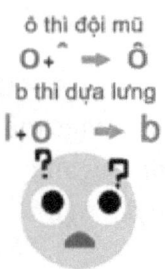

Trước hết, chúng ta gọi cái gì là "dấu"? Sắc, huyền, hỏi, ngã là dấu, mà mũ, râu, á, ớ... cũng là dấu luôn? Theo tôi, chỉ có dấu giọng mới nên gọi là dấu - đó là những ký hiệu thêm vào các chữ để biến đổi thanh giọng cao hay thấp. Nói khác đi, tiếng Việt chỉ có 6 dấu: *huyền, ngang, sắc, hỏi, nặng, ngã.* Tại sao "dấu mũ" không nên gọi là dấu nữa? Vì *a, ă, â* là 3 nguyên âm hoàn toàn *cá biệt* không có liên quan gì với nhau. Cũng vậy, *e, ê* là 2 nguyên âm cá biệt - không thể nói ê là e "thêm" dấu mũ. Tương tự, *o, ô, ơ, u, ư* là 5 nguyên âm cá biệt. Điều này cũng giống như *o, b, d* là 3 chữ cá biệt - ta không hề nói b là o thêm gạch đứng bên trái hay d là o thêm gạch đứng bên phải. Như vậy, học sinh sẽ không còn rối trí tự hỏi dấu nghĩa là gì và đây là dấu gì. Dấu, như vậy, áp dụng đồng nhất lên tất cả nguyên âm, chỉ để thay đổi thanh giọng của nguyên âm.

Điều thứ hai, tôi quan niệm không có phụ âm kép mà tất cả đều là phụ âm đơn. Chẳng hạn, *ch* là một phụ âm *đơn* ngang hàng với *c* hay *h*, chứ không phải do c và h ghép lại. Sở dĩ viết ch là vì không có sẵn một ký tự khác để biểu tượng phụ âm này. Tương tự có các phụ âm *đơn* khác như *kh, nh, th, tr,...* Vài trường hợp đáng chú ý như chỉ có phụ âm *qu* mà không có phụ âm *q*, hoặc phụ âm *p* luôn đứng cuối chữ trong khi phụ âm *ph* luôn đứng đầu chữ. Các tự điển Hán Việt (Đào Duy Anh), Việt Nam (Lê Văn Đức và Lê Ngọc Trụ) cũng theo quan điểm này khi sắp thứ tự abc các từ mục.

Điều thứ ba, tôi cho rằng không nên dạy "đánh vần", đã khổ cho học sinh, lại kém hiệu quả. Để dễ hiểu, coi như mỗi chữ Việt có 3 thành phần: *âm đầu* (beginning), *âm cuối* (ending), và *dấu* (tone).

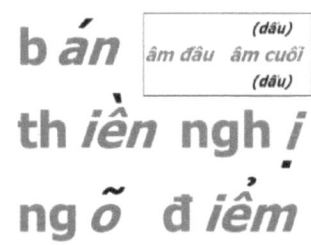

Thí dụ, chữ *bán* có âm đầu là *b*, âm cuối là *an*, và dấu là *sắc*. Tương tự, chữ *thiền* có âm đầu là *th*, âm cuối là *iên*, và dấu là *huyền*. Chắc bạn đã thấy *âm cuối* chính là cái ta thường gọi là *vần*. Khi dạy học sinh, tôi quan niệm dạy đọc đúng mỗi vần mà không dạy cách "đánh" cho ra vần đó - cũng giống như người Mỹ học *sight words*.

Điều thứ tư, trở lại vấn đề dấu giọng, nên dùng âm nhạc để giúp học sinh phát âm đúng dấu. Hầu hết ai cũng có thể đồng ý là 3 dấu *huyền, ngang, sắc* lần lượt có thanh tương đối là *thấp, vừa, cao*. Dấu hỏi, ngã, nặng chỉ là những kết hợp luyến của 3 dấu trên, thí dụ *nặng* là {*huyền* luyến-với *ngang*}.

Sau cùng, một vấn đề thường gây tranh cãi là tiếng Việt có "phonetic" hay không. Vì mỗi người hiểu "phonetic" một cách khác nhau, tôi chỉ có thể nói là trong tiếng Việt, nếu viết giống nhau thì đọc giống nhau. Tuy nhiên, điều ngược lại chưa chắc đã đúng: đọc giống nhau vẫn có thể viết khác nhau - như vậy tiếng Việt chỉ là *phonetic một chiều*.

Hy vọng với những dòng thô thiển trên, tôi chỉ gợi ý cho bạn suy nghĩ thêm, chứ chưa đến nỗi làm bạn nổi giận!

Đêm Đêm Ta Hỏi Người Xưa

Chuyện Tề Thiên

16-03-2021

Tôi chưa từng có một ngày được qua trường lớp Hán Văn nào, nhưng từ nhỏ đã phải học thơ trong quyển *Đường Thi* của Trần Trọng Kim, thể theo lời "yêu cầu" khẩn thiết của ba tôi. Sau này, do cơ may tiếp cận với tác phẩm của các nhà tinh thông Hán học như Cao Tiêu, Phạm Lệ Oanh, Mai Thạch, v.v, tôi tự học mò thêm chữ Hán, phần lớn qua bộ sách cổ văn của Trần Trọng San, cùng các tự điển Hán Việt của Thiều Chửu, Đào Duy Anh, và tham khảo thêm Google Translate, Wiktionary, cùng Nôm Lookup Tool. Từ đó, con người quậy phá trong tôi bắt đầu manh động, kết quả sơ khởi là hai bài loạn bút dưới đây, đầu tiên là *Tề Thiên* (齊天)

法名孫悟空
七十二玄功
鉄捞誅邪怪
金箍保佛風

Pháp danh Tôn Ngộ Không,
Thất thập nhị huyền công,
Thiết bảng tru tà quái,
Kim cô bảo Phật phong.

Tự dịch như sau:

Họ Tôn, pháp hiệu Ngộ Không,
Bảy mươi hai phép thần thông tuyệt vời,
Kim cô giữ vẹn tánh trời,
Tay vung thước bảng tơi bời cõi ma.

Tề Thiên thì không cần dài dòng vì hẳn ai cũng biết tiếng Tôn Hành Giả, đầu đội kim cô, tay cầm thiết bảng, hết lòng trừ ma diệt quỷ, phò tá Đường Tam Tạng đi Tây phương thỉnh kinh

về Đông Độ. Bài tiếp theo là
Tảo Tuyết (掃雪), nói về một
việc khá quen thuộc với
người sống ở nước ngoài

一尺寒冰十出師
比鄰壞鏈我心墟
惟聞老友加新女
欲說連橫破雪且

Nhất xích hàn băng, thập xuất sư,
Tỷ lân hoại sản, ngã tâm hư.
Duy văn lão hữu gia tân nữ,
Dục đả khai môn nghinh đại thư.

tạm dịch thoát như sau

Tuyết xuống ngang vai, xúc chục lần,
Láng giềng gãy xẻng, mình run gân.
Nhưng nghe bạn cũ vầy duyên mới,
Cố mở đường hoa đón gió xuân.

Tưởng cũng cần nhắc lại là tôi không hề qua nền Hán học
chính quy, nên phần Hán tự và Hán văn ở đây hoàn toàn có
tính trào lộng, mua vui mà không có gì bảo đảm đúng ngữ
vựng hay ngữ pháp - *caveat lector*!

Nương Bút Cao Tiêu

15-03-2021

Một may mắn trong đời tôi là được giáo sư Trần Từ Mai giới thiệu để diện kiến nhà thơ Cao Tiêu, người mà tôi hằng ngưỡng mộ về thi ca cũng như về sự nghiệp. Tôi vốn thuộc rành rẽ chuyến đi Hàng Châu mà ông đã kể qua bài *Nhập Long Tỉnh Trà Quán* để đời

> *Khuyến trà thiếu nữ thuyết văn chương*
> *Ngã tọa bàn tiền đối mỹ nương*
> *Dư vị túy hương nhi túy sắc*
> *Trà hương đồng thị mỹ nhân hương*

với bài tiếng Việt do ông tự dịch

> *Mời trà, thiếu nữ nói văn chương*
> *Ta uống, ngồi ngay trước mặt nàng*
> *Say sắc, say hương, dư vị thấm*
> *Hương trà thơm lẫn gái còn đương*

Gần đây, một người bạn qua Hàng Châu mua về biếu một hộp trà Long Tỉnh chính hiệu, nên vừa thưởng thức trà ngon, vừa tâm đắc bài thơ hay, tôi không thể không loạn bút một bài

龍井乾枝第一茶
杭州凡女正仙娥
兩般昨夜同幽寂
神筆提名皇后花

> *Long Tỉnh càn chi đệ nhất trà?*
> *Hàng Châu phàm nữ chính tiên nga?*
> *Lưỡng ban tạc dạ đồng u tịch,*
> *Thần bút đề danh hoàng hậu hoa!*

và cũng cố gắng thoát ý, viết đại khái thành tiếng Việt

Long Tỉnh, trà khô bỗng trứ danh!
Hàng Châu, con gái chợt nghiêng thành!
Nhà thơ, bút lực kinh người thật...
Một vẫy, rêu tàn hóa ái khanh!

Không dừng lại ở đó, tôi còn nhớ đến một phương thức khá độc đáo mà người Việt đã dùng để mời, không phải trà, mà rượu, bằng lời ca tiếng nhạc, và bắt chước thi pháp Cao Tiêu viết thành *Thiên Thanh Trà Thất*

勸酒佳人唱偽歌
我頭更倚玉蓮花
半壺半醉言無力
癱瘓心跳擾腦波

Khuyến tửu, giai nhân xướng ngụy ca,
Ngã đầu cánh ỷ ngọc liên hoa.
Bán hồ, bán túy, ngôn vô lực,
Than hoán, tâm khiêu nhiễu não ba.

đại ý là:

Người đẹp chuốc rượu, hát một tình khúc xưa
Ta ngả đầu, tựa sát vào nụ sen trắng nõn
Cạn nửa chai, say ngà ngà, nói không ra tiếng
Tê liệt, vì nhịp tim nàng làm loạn trí não ta

và tự chuyển sang thơ Việt:

Nàng mời rượu, hát lời xưa,
Ta, đầu tựa nụ chín vừa tầm xuân.
Nửa chai điên đảo phàm thân,
Âm ba lồng ngực tê rần tứ chi.

Một Trà, Một Rượu, Một Café...

17-03-2021

Khi đọc thơ, tôi thích uống trà xanh, café đen, và saké ấm,
không nhất thiết là theo thứ tự đó trong ngày, và ba thức
uống này hình như cũng đáp lại cảm tình

> *Một trà, một rượu, một café*
> *Đã hứa cùng ta vượt bến Mê.*

Có lần lỡ khuấy trăng nước Đường thi vào chén trà trong
Vọng Thiên Nhất Phương (望天一方) với tiêu đề

> *Đầu xuân khuấy chén trà Đường*
> *Vợi thơm lãng đãng trăng Trường An xưa*

tôi phóng luôn theo lao, thử so sánh café với trà

厭讀焚書亂道常
孤樓窗外雪和霜
咖啡莫用消長夜
一盞青茶古月香

> *Yếm độc phần thư loạn đạo thường*
> *Cô lâu song ngoại tuyết hòa sương*
> *Gia phi mạc dụng tiêu trường dạ*
> *Nhất trản thanh trà cổ nguyệt hương*

gọi là tâm tình trong đêm nghĩ *Về Một Phương Trời*

> *Sách xưa, đọc mãi, loạn tâm thần,*
> *Đêm tựa song buồn tuyết trắng sân...*
> *Ủ ấm, café đâu đủ sức!*
> *Trà xanh một chén vẹn mười phân.*

Thừa thế, tôi lại so sánh saké với café

清酒些葫贏故事
咖啡一喝散千愁

Viết Lên Vách Quán

Thanh tửu ta hồ doanh cố sự,
Gia phi nhất hạt tán thiên sầu!

mà ý thật sự muốn nói là

Saké chỉ gợi tình đầu,
Chứ café xóa ngàn sầu như chơi!

Nói như trên không có nghĩa là trà hơn café và café hơn saké,
vì đã có lần trong một quán, saké làm đảo lộn tịnh yên

晚年性子不調和
請舊情人到酒吧
罷宴歸來心滿淚
突然半夜唱愁歌

Vãn niên tánh tử bất điều hòa,
Thỉnh cựu tình nhân đáo tửu ba.
Bãi yến quy lai tâm mãn lệ,
Đột nhiên bán dạ xướng sầu ca!

khiến phải viện ca xang để giải phá *Thành Sầu* chợt đến

Tuổi cao, tánh khí ương gàn,
Đưa nhau vào quán nhắc ngàn chuyện qua.
Đêm về gối lệ chan hòa,
Nửa khuya gào váng khúc ca sầu đời!

Gởi Về Xa

15-03-2021

Cách đây hơn hai năm, bạn học, cũng là bạn thơ Tuấn Quỳnh,
chép cho bài thơ *Ký Viễn* (寄遠) của Bạch Cư Dị (白居易)

欲忘忘未得
欲去去無由
兩腋不生翅
二毛空滿頭
坐看新落葉
行上最高樓
雲色紆邊際
茫茫盡眼愁

Dục vong, vong vị đắc
Dục khứ, khứ vô do
Lưỡng dịch bất sinh sí
Nhị mao không mãn đầu
Tọa khan tân lạc diệp
Hành thướng tối cao lâu
Vân sắc vu biên tế
Mang mang tận nhãn sầu

đại ý là

Muốn quên, nhưng chưa thể quên được
Muốn đến, nhưng không có cớ mà đến
Hai bên mình không thể mọc cánh
Trên đầu đã đầy hai màu tóc
Cứ ngồi mà nhìn lá tiếp nhau rụng
Trèo lên tận đỉnh lầu
Chỉ thấy mây cuồn cuộn tận chân trời
Nỗi sầu mênh mông ngập cả mắt

Người bạn có nhã ý chép tặng cả hai bản dịch tiếng Anh, một của chính mình, và một của nhà thơ Lữ Yên, nhưng chưa xin phép trước, tôi không dám ghi lại hai bản tiếng Anh đó. Vốn người đồng điệu, chẳng lẽ ngồi yên mà không nhấc bút viết lên vách quán tâm ý của mình, thế là có *Gởi Về Xa*

Muốn quên nào có dễ,
Muốn đến, cớ vì đâu?
Cánh thì không thể mọc,
Tóc thì đã hai màu.
Nhìn quanh, toàn lá rụng,
Dõi mắt, bước lên lầu:
Mây ngút ngàn vô tận,
Sầu trước mắt càng sâu.

Chưa mấy hài lòng với bài ngũ ngôn trên, lại mày mò thêm mấy ngày để có được bài lục ngôn, phóng túng hơn chút

Biết chẳng thể nào quên được,
Lại không có cớ tìm nhau.
Muối cứ lấn màu trên tóc,
Mơ ngày mọc cánh? Còn lâu!
Đã chán ngồi nhìn lá rụng,
Lên lầu, ngóng ngó về đâu
Cũng thấy chập chùng mây xám,
Càng sâu thăm thẳm mắt sầu!

Cánh Nhạn Trên Sông

Thiền sử Việt có truyện thiền sư Hương Hải dùng một bài kệ (mà nhiều nguồn cho biết tác giả là thiền sư Thiên Y Nghĩa Hòa - 天衣義義 - thời Bắc Tống) để giảng Phật pháp cho vua Lê Dụ Tông

雁過長空
影沉寒水
雁無遺蹤之意
水無留影之心

Nhạn quá trường không,
Ảnh trầm hàn thủy.
Nhạn vô di tung chi ý,
Thủy vô lưu ảnh chi tâm.

Tạm dịch thành hai bản, hơi khác nhau ở tâm ý

Cánh nhạn giữa trời cao,　　*Nhạn lướt ngang trời rộng*
Bóng in dòng suối lạnh!　　*Ảnh trải giữa sông dài*
Không nhìn, đâu có ảnh,　　*Chim chẳng cần soi bóng*
Nước lắm chuyện khi nào?　　*Nước có giữ hình ai?*

Sở dĩ có bóng chim dưới dòng nước là do có người nhìn thấy các tia sáng phản chiếu từ mặt nước. Nếu không có ai soi mói, dòm ngó thì không có bóng chim trong mắt, trong phim, hay trong ảnh Google.

Nhưng khi người soi mói ấy lại là một thiền giả, thì cuộc đời bắt đầu... rắc rối. Chim trên trời là thực, hay chim dưới nước là thực? Cái nào là hình, cái nào chỉ là bóng? Tôi liền vẽ chuyện thành bản thứ ba:

Nhạn qua trời rộng,
Ảnh chiếu sông dài.
Bóng, hình xoay giữa trần ai,
Thiền giả mơ hồ thực, mộng!

Cũng trong bài kệ đã dẫn, một nhà sư, khi được hỏi về pháp ấn vô ngã của bóng nhạn, đã cảm thán

蘆花兩岸雪
江水一天秋

Lô hoa lưỡng ngạn tuyết
Giang thủy nhất thiên thu.

Trong cõi vô minh, khó biết đúng sai, tôi đành hiểu một cách nông cạn là

Hai bờ lau trắng tuyết
Sông vẫn biếc trời thu.

Viết Theo Thơ Hán Văn

25-03-2021

Thơ cổ Trung Hoa không phải lúc nào cũng sâu sắc. Trong bài
Giang Hán (江漢), Đỗ Phủ (杜甫) kết với hai câu

| 古來存老馬 | *Cổ lai tồn lão mã* | *Nay còn gã ngựa già* |
| 不必取長途 | *Bất tất thủ trường đồ* | *Đâu cần phi đường xa* |

Cái nhìn bên ngoài đó, tự ái về một quá
khứ oai hùng, chưa chắc đã đúng. *Hồi
Ức* của một chiến mã về hưu phải khác

Tàu xưa, còn một ngựa già,
Mắt buồn, ngóng bụi đường xa, thở dài.

Với *Xuân Hiểu* (春曉) Mạnh Hạo Nhiên (孟浩然) chỉ nói là nhớ
đêm qua nghe tiếng mưa, biết là hoa đã rơi rụng ít nhiều

春眠不覺曉	*Xuân miên bất giác hiểu*
處處聞啼鳥	*Xứ xứ văn đề điểu*
夜來風雨聲	*Dạ lai phong vũ thanh*
花落知多少	*Hoa lạc tri đa thiểu*

Nhưng tôi cho là *Muộn*, lẽ ra phải đến với hoa từ đầu hôm

Đêm mưa ngủ quá say,
Sáng dậy hoa rơi đầy:
Biết phải thương cành vắng,
Hay thương mình chậm tay?

Trong khi đó, Kinh Thi thì mở đầu với bốn câu sau

關關雎鳩	*Quan quan thư cưu*	*Đôi chim mê mải*
在河之洲	*Tại hà chi châu*	*Đua hót bờ sông*
窈窕淑女	*Yểu điệu thục nữ*	*Em là con gái*
君子好逑	*Quân tử hảo cầu*	*Lấy anh làm chồng*

Chưa hài lòng với bài viết theo ở trên, tôi đảo ý câu cuối

Đôi chim mê mải
Đua hót bờ sông.
Em là con gái,
Lẻ bóng, buồn không?

Trong *Chu Trung Dạ Vũ* (舟中夜雨) Bạch Cư Dị (白居易) tự than cảnh bị giáng chức, lâm bệnh trên đường đi Giang Châu

江雲暗悠悠	*Giang vân ám du du*
江風冷修修	*Giang phong lãnh tu tu*
夜雨滴船背	*Dạ vũ trích thuyền bối*
夜浪打船頭	*Dạ lãng đã thuyền đầu*
船中有病客	*Thuyền trung hữu bệnh khách*
左降向江州	*Tả giáng hướng Giang Châu*

Tôi lại nghĩ đến một người khi *Tàn Cuộc*, cố ngược dòng sông xưa, mong kịp về sống lại những ngày cuối cùng nơi quê cũ

Mây sông đầy,
Gió sông lạnh.
Đầu thuyền sóng vỗ,
Cuối thuyền mưa bay.
Trong thuyền, có gã xuôi tay
Gượng hơi thở cuối, mơ ngày Tân Châu.

Tân Châu, chứ không phải Giang Châu, là thị xã ở thượng nguồn sông Tiền, sát biên giới Cao Miên, quê ngoại của tôi.

Ý Hợp Tâm Đầu

14-03-2021

Thuở còn đi học, mẹ tôi cũng rất thích thi ca, và mỗi khi làm thơ, mẹ ký tên Thu Hồng. Khi tôi còn nhỏ, tôi thường nghe mẹ tôi ngâm nga câu

Tửu phùng tri kỷ thiên bôi thiểu.

Với số vốn chữ Hán nghèo nàn thu thập được qua trường ốc, tôi hiểu lờ mờ ý câu này: uống rượu, nếu gặp được người tri kỷ cùng uống, thì dù một ngàn chung cũng là quá ít.

Gần đây, tôi có việc cần tham khảo cao kiến của bác Google để tìm hiểu về nhà thơ Âu Dương Tu. Qua đó, tôi gặp lại câu thơ mẹ tôi thường nhắc, trong một đôi tục ngữ của người Hoa. (Thật ra, tìm hiểu về Âu Dương Tu mà gặp tục ngữ, cũng là nhờ vào việc nhiều người gán bừa hai câu này cho Âu Dương Tu, gắn đại vào một bài thơ về uống rượu nhớ bạn rất nổi tiếng của ông, vốn không hề có hai câu này.)

酒逢知己千杯少
話不投機半句多

Tửu phùng tri kỷ thiên bôi thiểu
Thoại bất đầu cơ bán cú đa

Câu trước thì đã biết nghĩa rồi, còn câu sau đối lại, đại ý nói chuyện với nhau mà tâm tính không tương hợp thì chỉ nói nửa câu cũng đã là quá nhiều.

Nhận thấy hai câu thơ này quá đúng, tôi chợt nảy ra một ý lạ... Thời nay, mình phải đổi mới, thử thổi một chút gió trên mạng xã hội vào tinh hoa của cổ học xem sao. Nghĩ là làm, và thế là câu hai được biến đổi để cặp thất ngôn này trở thành

酒逢知己千杯少
聊沒視頻一秒多

　　　　　　　　　　　Viết Lên Vách Quán

Tửu phùng tri kỷ thiên bôi thiểu
Liêu một thị tần nhất miểu đa

(*Rượu có bạn hiền, uống ngàn chung cũng chưa đủ Chat không webcam, nói một giây cũng quá nhiều*)

Nhưng đã từng ở trong nhóm "tôi yêu tiếng nước tôi", cần phải viết lại hai câu này bằng tiếng Việt mới được. Tiện thể, đổi ý câu đầu chút xíu cho vui

Nhậu có kề vai không uống rượu
Chat chưa thấy mặt chỉ hao lời.

Tiện đây, tôi cũng xin bàn thêm về thành ngữ Việt *ý hợp tâm đầu*, xuất xứ từ Hán tự 意合心投. *Hợp* và *đầu* có cùng nghĩa là "giống nhau", "hợp nhau". Với người Hoa, thành ngữ thông dụng hơn lại là *ý hợp tâm đồng* (意合心同), hay *tình đầu ý hợp* (情投意合). Trong bài thơ *Chùa Hương*, khi viết

Ra ta hợp tâm đầu

thì Nguyễn Nhược Pháp lại hiểu chữ *đầu* theo nghĩa "đầu tiên", mới gặp nhau nhưng lòng đã thấy hợp ngay từ đầu.

Thơ Chữ Hán Của Nguyễn Du

03-04-2021

Nguyễn Du được tôn vinh là đại thi hào đất Việt không chỉ vì kiệt tác *Đoạn Trường Tân Thanh*. Ông còn là tác giả nhiều thơ Nôm và gần 300 bài thơ chữ Hán từng được phiên dịch và chú giải cặn kẽ. Rất nhiều câu trong các bài này đi ngay vào lòng người đọc, gợi lên trăm ngàn xúc cảm qua ý tưởng đơn giản mà thâm thúy, hình ảnh linh hoạt, âm vận tao nhã mà trầm hùng. Trong những thí dụ sau, khi dịch thoát tôi đã cố gắng không để mất mát quá nhiều tinh túy của nguyên tác.

眼底浮雲看世事　*Nhãn để phù vân khan thế sự*
腰間長劍掛秋風　*Yêu gian trường kiếm quải thu phong*

Mây nổi soi đời in đáy mắt
Gươm dài lộng gió giắt bên lưng

Ít ai không biết đến *Hoàng Hạc Lâu*, bài thơ mà Thôi Hiệu đề lên tường lầu Hạc Vàng đã làm cả Lý Bạch cũng bó tay. Nghĩ đến bài thơ này, Nguyễn Du lại thấy may mắn cho cây bến Hán Dương và cỏ bờ Anh Vũ

詩成草樹皆千古　*Thi thành thảo thụ giai thiên cổ*
日暮鄉關共一愁　*Nhật mộ hương quan cộng nhất sầu*

Cây cỏ vì thơ thành bất tử
Làng quê vào tối gợi chung sầu

Ngoài ra, Nguyễn Du hình như cũng cùng trường phái *nhân sinh đắc ý tu tận hoan* (人生得意須盡歡) như Lý Bạch

生前不盡樽中酒　　*Sinh tiền bất tận tôn trung tửu*
死後誰澆墓上杯　　*Tử hậu thùy kiêu mộ thượng bôi*

Dịch ra thơ lục bát tương đối gần với nguyên tác thì như sau

Sống, không dốc cạn bầu men,
Chết đi, ai rưới chén lên mộ sầu?

Nhưng để dịch ra thơ thất ngôn, tôi cảm thấy rất khó. Loay hoay mãi không được câu nào vừa ý, tôi đành viết theo, chịu lỗi không sát nghĩa nhưng ít ra cũng cùng ý

Giữa cuộc, người khôn bày tiệc lấy
Xuống mồ, ai rảnh quét sầu cho?

Sau cùng, xin chuyển hai câu cuối *Đoạn Trường Tân Thanh* thành thơ Hán tự - chỉ phá cho vui, không bao đúng

Lời quê góp nhặt dông dài
Mua vui cũng được một vài trống canh

瑣言三四句　　*Tỏa ngôn tam tứ cú,*
漏鼓可消愁　　*Lậu cổ khả tiêu sầu!*

Lý Hoa

27-03-2021

Khi nhắc đến thơ Đường, Tống, thường người ta chỉ kể ra Lý Bạch, Đỗ Phủ, Bạch Cư Dị,... cùng lắm là Giả Đảo, Trần Tử Ngang,... Ở đây xin mạn phép giới thiệu một nhà thơ đời Đường ít người nhắc đến là Lý Hoa (李華, khoảng 715-766). Đúng ra, Lý Hoa cũng có một kiệt tác lừng danh, đó là bài văn *Điếu Cổ Chiến Trường* (弔古戰場.) Trở về với thơ, đây là bài *Xuân Hành Tức Hứng* (春行寄興)

宜陽城下草萋萋	*Nghi Dương thành hạ thảo thê thê*
澗水東流復向西	*Giản thủy đông lưu phục hướng tê*
芳樹無人花自落	*Phương thụ vô nhân hoa tự lạc*
春山一路鳥空啼	*Xuân san nhất lộ điểu không đề*

Ý nói *Du Xuân Chợt Nghĩ* ra, đường vắng, hoa rụng vì chẳng ai xem, chim cũng hót vào khoảng không vì thiếu người nghe

> *Đường ngoài thành nội cỏ xanh tươi*
> *Con suối ngoằn ngoèo chảy ngược xuôi*
> *Nẻo vắng hoa rừng rơi lẻ bóng*
> *Hẻm hoang chim núi hót hoài hơi.*

Bài *Ký Tòng Đệ* (春曉) dưới đây có câu cuối khá tối nghĩa, mỗi người hiểu một cách. Phần lớn cho huệ, liên là tên người, lại đoán đó là Lý Hoa muốn được giống như hai
ông Liễu Hạ Huệ và Thiếu Liên. Hiểu như vậy thì câu ba và bốn có vẻ không còn liên quan gì với nhau.

眼病身亦病	*Nhãn bệnh thân diệc bệnh*
浮生已半空	*Phù sinh dĩ bán không*
迢迢千里月	*Điều điều thiên lý nguyệt*
應與惠連同	*Ưng dữ huệ liên đồng*

Có thể hiểu liên đồng là cùng nhau, huệ là phúc lợi, như vậy
Lý Hoa muốn nhắn *Gởi Em Họ* ước mơ được sống gần nhau

> *Bệnh mắt, bệnh luôn người,*
> *Tiêu hoang đã nửa đời.*
> *Còn xa nhau vạn dặm*
> *Chẳng gom về một nơi?*

Trong *Xuân Du Ngâm* (春遊吟) Ngô
Giang là một địa danh ở Tô Châu,
Ngô Giang khúc là một điệu nhạc
vùng này, dù có người cũng hiểu
Ngô Giang là sông (ở nước) Ngô và
khúc là một đoạn sông

初春遍芳甸	Sơ xuân biến phương điền
千里藕盈矚	Thiên lý ái doanh chúc
美人摘新英	Mỹ nhân trích tân anh
步步玩春綠	Bộ bộ ngoạn xuân lục
所思杳何處	Sở tư yểu hà xứ
宛在吳江曲	Uyển tại Ngô Giang khúc
可憐不得共芳菲	Khả liên bất đắc cộng phương phi
日暮歸來淚滿衣	Nhật mộ quy lai lệ mãn y

Có thể diễn giải thành *Khúc Hát Chơi Xuân*

> *Xuân sớm phố đầy hoa*
> *Khoe sắc màu rực rỡ*
> *Ngắt vài bông mới nở*
> *Nàng cứ bước sa đà*
> *Mơ hồ trong trí nhớ*
> *Vẫn vẳng khúc quê nhà*
> *Hương đượm, sao không cùng được thở?*
> *Về thôi, chiều xuống, lệ chan hòa...*

Nữ Sĩ Phong Lưu Ngư Huyền Cơ

04-04-2021

Ngư Huyền Cơ (魚玄機), còn có nghệ danh là Ấu Vi (幼微) và Huệ Lan (蕙蘭), là một ca kỹ thời Vãn Đường, rất tài hoa, đẹp sắc xảo, có nếp sống vô cùng phóng đãng.

Qua bài *Tặng Lân Nữ* (贈鄰女) mà hai câu 3 và 4 đã nổi tiếng đến trở thành tục ngữ, Ngư Huyền Cơ đã *Nhắn Cô Hàng Xóm*, khuyên cô này cứ quên bỏ kẻ đã xa lánh mình và phải nhìn lại xung quanh, còn khối người đẹp trai xứng đáng hơn

羞日遮羅袖	*Tu nhật già la tụ,*
愁春懶起妝	*Sầu xuân lãn khởi trang.*
易求無價寶	*Dị cầu vô giá bảo,*
難得有情郎	*Nan đắc hữu tình lang.*
枕上潛垂淚	*Chẩm thượng tiềm thùy lệ,*
花間暗斷腸	*Hoa gian ám đoạn trường.*
自能窺宋玉	*Tự năng khuy Tống Ngọc,*
何必恨王昌	*Hà tất hận Vương Xương.*

Sợ nắng mà che vải mỏng?
Còn quên vấn tóc cài đầu?
Báu vật ngàn vàng - dễ kiếm,
Gặp người hợp ý - còn lâu!
Lặng lẽ khóc thầm ướt gối...
Lại ôm hoa dã dượi sầu...
Chàng đẹp trai ngồi trước mặt -
Tội gì nhớ kẻ chi đâu?

Với một bài khác, *Mại Tàn Mẫu Đơn* (賣殘牡丹), Ngư Huyền Cơ đã giả như đang *Rao Bán Hoa Tàn* để hối thúc các chàng trai, nói giúp một lời cho các cô gái đang ở tuổi lấy chồng mà chưa tìm được người ưng ý

臨風興嘆落花频　Lâm phong hưng thán lạc hoa tần
芳意潛消又一春　Phương ý tiềm tiêu hựu nhất xuân
應為價高人不問　Ưng vị giá cao nhân bất vấn
卻緣香甚蝶难親　Khước duyên hương thậm điệp nan thân
紅英只稱生宮里　Hồng anh chỉ xứng sinh cung lý
翠葉那堪染路塵　Thúy diệp na kham nhiễm lộ trần
及至移根上林苑　Cập chí di căn thượng lâm uyển
王孫方恨買無因　Vương tôn phương hận mãi vô nhân

Gió lên, cánh mỏng rụng đôi phần,
Dẫu có phai thầm chút nét xuân,
Dáng quý, chưa ai liều dạm giá,
Hương sang, chẳng bướm dám cầu thân.
Cánh tươi chỉ khứng khoe thềm ngọc,
Lá biếc nào lo nhiễm bụi trần,
Đợi lúc hoa đưa vào ngự uyển,
Hận mình sao cứ mãi lần khân!

Trong một bài thơ ngắn nhưng có tựa rất dài, đại ý là *Quan Tân Cập Đệ Đề Danh Xứ* (觀新及第題名處), tức *Xem Bảng Vàng Đề Danh*, Ngư Huyền Cơ đã nói lên niềm căm phẫn việc trọng nam khinh nữ, khiến đàn bà dù có văn tài đến mấy cũng không bao giờ được thi cử, đỗ đạt, trọng dụng

雲峰滿目放春晴　Vân phong mãn mục phóng xuân thanh
历历銀鉤指下生　Lịch lịch ngân câu chỉ hạ sanh
自恨羅衣掩诗句　Tự hận la y yểm thi cú
舉頭空羡榜中名　Cử đầu không tiện bảng trung danh

Mắt rợp mây trời núi dọc ngang,
Tay ngà thơ bỗng cuộn trường giang.
Nhưng... manh áo lụa ghìm thi hứng!
Phận gái, tên, ai khắc bảng vàng?

Tóc Mây Mày Liễu Môi Đào

04-04-2021

Tóc mây, mày liễu, môi đào là tên 3 trong 5 bài thơ của Triệu Loan Loan (趙鸞鸞), một nữ sĩ cuối đời Nguyên. Vua Khang Hy nhà Thanh khi cho soạn bộ *Toàn Đường Thi* (全唐詩), đã xếp lầm bà vào đó, đủ thấy thơ bà, dù chỉ còn lưu lại 5 bài, có giá trị ngang với thơ Đường. Năm bài này tả nét đẹp (mái tóc, lông mày, miệng môi, ngón tay, bộ ngực) phụ nữ, nên nhiều nhà cho rằng bà thuộc giới "kiều nữ của đại gia". Tôi thì nghĩ

Tóc mây, mày liễu, miệng đàn hương,
Ngón mịn, bầu thơm, đúng thịnh Đường...
Dám bảo phu nhân là kỹ nữ?
Vua Thanh còn lẫn, nữa dân thường!

Sau đây là bài *Vân Hoàn* (雲鬟), tức *Tóc Mây*

Tóc mây rối ướt, ngát hương trời,
Lóng lánh như ngàn cánh bướm lơi.
Trâm phượng cài nghiêng, vừa ngoảnh lại,
Mắt môi chàng đã đắm si rồi...

擾擾香雲濕未乾   *Nhiễu nhiễu hương vân thấp vị can*
鴉領蟬翼膩光寒   *Nha hung thiền dực nị quang hàn*
側邊斜插黃金鳳   *Trắc biên tà sáp hoàng kim phượng*
妝罷夫君帶笑看   *Trang bãi phu quân đái tiếu khan*

Trong bài trên, *Toàn Đường Thi* ghi chữ thứ 2 ở câu 2 là chữ lãnh (領 - khoang cổ), nhiều người nghĩ là chép lầm, vì sai cả luật lẫn niêm. Dựa theo ý trong câu và toàn bài, tôi mạn phép đổi thành hung (領 - yếm, ngực.)

Tiếp theo là *Liễu Mi* (柳眉), tức *Mày Liễu*

Mày liễu cong cong gợn nét sầu
Át màu hoa ẩn đáy gương sâu.
Cần chi một lớp chì vô nghĩa:
Để tự nhiên mà đẹp đến đâu!

彎彎柳葉愁邊戲　　*Loan loan liễu diệp sầu biên hí*
湛湛菱花照處頻　　*Trạm trạm lăng hoa chiếu xử tần*
嫵媚不煩螺子黛　　*Vũ mị bất phiền loa tử đại*
春山畫出自精神　　*Hương sơn họa xuất tự tinh thần*

Và dưới đây là bài *Đàn Khẩu* (檀口), nghĩa là miệng đàn hương (ý nói môi đỏ), nhưng tôi xin gọi là *Môi Đào*, do có hai chữ anh đào (櫻桃), trái cherry đỏ thắm, trong bài

Môi đào vừa khẽ chạm vành ly,
Hơi thở đưa hương lài thoảng đi...
Nhoẻn nụ cười xưa Phàn ngọc nữ,
Răng đều hạt lựu, trắng thơm chi!

銜杯微動櫻桃顆　　*Hàm bôi vi động anh đào khỏa*
咳唾輕飄茉莉香　　*Khái thóa khinh phiêu mạt ly hương*
曾見白家樊素口　　*Tằng kiến Bạch gia Phàn Tố khẩu*
瓠犀顆顆綴榴芳　　*Hồ tê khỏa khỏa xuyết lưu phương*

Ghi thêm, Phàn ngọc nữ, tức ca nữ Phàn Tố, có miệng đẹp đỏ thắm, cùng vũ nữ Tiểu Man có eo thon nhỏ, đều là thiếp của Bạch Cư Dị, từng được ông tặng thơ

櫻桃樊素口　　*Anh đào Phàn Tố khẩu*　　*Phàn Tố môi dâu đỏ*
楊柳小蠻腰　　*Dương liễu Tiểu Man yêu*　　*Tiểu Man eo liễu mềm*

Vài Bài Thơ Chữ Hán

30-03-2021

Nhiều lúc rảnh không biết làm gì - nói theo Dương Vạn Lý là *cánh vô đoản kế tiêu trường nhật* (更無短計消長日) - không có cách gì cho qua ngày dài - tôi lục mấy bài thơ cổ ít người đọc đến, mày mò dịch ra tiếng Việt. Một trong những "thành quả" là *Túc Kiến Đức Giang* (宿建德江) của Mạnh Hạo Nhiên, đã được chuyển thành *Ngủ Trọ Bên Sông*

移舟泊煙渚	*Di chu bạc yên chử,*
日暮客愁新	*Nhật mộ khách sầu tân.*
野曠天低樹	*Dã khoáng thiên đê thụ,*
江清月近人	*Giang thanh nguyệt cận nhân*

Dời thuyền, đậu bến khói sương,
Chiều rơi, lòng khách tha hương lại chùng.
Trời hoang vu chạm cây rừng,
Trăng lênh đênh xuống bạn cùng thế nhân.

Tôi cũng tìm thấy ở *Tản Đà Thơ Dịch* có bài *Đại Mại Tân Nữ Tặng Chư Kỹ* (代賣薪女贈諸妓) của Bạch Cư Dị, trong đó ông *Thay Lời Gái Bán Củi Tặng Gái Buôn Hương*

亂蓬為鬢布為巾	*Loạn bồng vi mấn, bố vi cân,*
曉踏寒山自負薪	*Hiểu đạp Hàn sơn tự phụ tân.*
一種錢塘江畔女	*Nhất chủng Tiền Đường giang bạn nữ,*
著紅騎馬是何人	*Trước hồng kỵ mã thị hà nhân?*

Tóc như cỏ rối, quấn khăn thô,
Mờ sáng trèo non, mót củi khô,
Chợt thấy bên sông bầy gái lạ
Quần hồng ngả ngớn, hạng chi mô?

Viết Lên Vách Quán

Chuyện xưa mà chẳng khác gì nay, chúng ta hãy nghe Hoa Nhị Phu Nhân (花蕊夫人), phi tần của vị vua cuối cùng nhà Hậu Thục thời Ngũ Đại, *Kể Chuyện Mất Nước* qua bài *Thuật Quốc Vong Thi* (述國亡詩)

君王城上豎降旗	*Quân vương thành thượng thụ hàng kỳ*
妾在深宮那得知	*Thiếp tại thâm cung na đắc tri*
十四萬人齊解甲	*Thập tứ vạn nhân tề giải giáp*
寧無一個是男兒	*Ninh vô nhất cá thị nam nhi*

Cờ trắng giương lên, khuất phục rồi
Thâm cung thiếp chẳng hiểu đầu đuôi
Hùng binh mười vạn buông cung kiếm
Không lẽ họ toàn nhi nữ thôi?

Tiết Đào (薛濤), nữ thi nhân thời Đường, nổi tiếng với thành ngữ *lá gió cành chim* qua hai câu thơ sau

枝迎南北鳥	*Chi nghinh nam bắc điểu*	*Cành đón chim mười hướng*
葉送往來風	*Diệp tống vãng lai phong*	*Lá đưa gió bốn trời*

Hãy nghe Tiết Đào, qua bài *Thu Tuyền* (秋泉), viết về nỗi thao thức nửa đêm nằm nghe tiếng *Suối Thu* chảy như tiếng đàn

冷色初澄一帶煙	*Lãnh sắc sơ trừng nhất đới yên*
幽聲遙瀉十絲弦	*U thanh dao tả thập ty huyền*
長來枕上牽情思	*Trường lai chẩm thượng khiên tình tứ*
不使愁人半夜眠	*Bất sử sầu nhân bán dạ miên*

Nước uốn mình, trong như khói sương,
Thuận dòng thanh thoát tiếng tơ vương,
Cớ sao cứ gợi sầu bên gối,
Chẳng để người an giấc mộng thường?

Lão Già Say, Kỳ I

15-03-2021

Ngày xưa, hình như chỉ người già mới uống rượu một mình đến say. Hoặc giả những người thường xuyên uống rượu một mình đến say lại rất mau già? Chẳng biết điều nào đúng, nhưng chắc họ không bao giờ chịu nhận là có uống rượu một mình. Một là uống cùng với những đóa hoa tươi đang khoe sắc, hay cụng ly với bóng của chính mình trên vách, do ánh đèn - hay trên đất, do ánh trăng, và trong trường hợp sau này có thể coi là uống rượu với trăng luôn.

Nhưng chắc họ cũng có chút e ngại, như Lưu Vũ Tích (劉禹錫) từng bày tỏ trong bài *Ẩm Tửu Khán Mẫu Đơn* (飲酒看牡丹) dưới đây, với bản dịch của Trần Trọng Kim

今日花前飲
甘心醉數杯
但愁花有語
不為老人開

Kim nhật hoa tiền ẩm	Hôm nay uống rượu trước hoa
Cam tâm túy sổ bôi	Uống chơi vài chén để mà gượng vui
Đãn sầu hoa hữu ngữ	Chỉ e hoa biết nói cười
Bất vị lão nhân khai	Nở ra đâu có vì người già nua

Nhưng tôi cảm thấy phải *Nhắn Lưu Vũ Tích* là không nên tự ti

Chuốc rượu, ngắm hoa tươi,
Quyết say cho đã đời.
Mặc tình hoa háy hứ:
Ai muốn thứ nhà ngươi!

Có người cũng nhận có uống một mình, như Lý Bạch (李白)
qua 4 câu đầu bài *Nguyệt Hạ Độc Chước, Kỳ I* (月下獨酌其一)

花間一壺酒
獨酌無相親
舉杯要明月
對影成三人

Hoa gian nhất hồ tửu
Độc chước vô tương thân
Cử bôi yêu minh nguyệt
Đối ảnh thành tam nhân

mà tôi đã mạo phạm viết lại bằng tiếng Việt thành bài *Nguyệt*
Hạ Hội Chước (月下會酌), *Cùng Uống Dưới Trăng* như sau

Uống rượu cùng trăng sáng,
Quanh mình bóng đảo chao,
Mình cười vang phố vắng,
Vui thế, lại buồn sao?

Nghĩ tội không những cho trăng, cho hoa, và đôi khi, ngoài
rượu, tội cho cả trà - dù chỉ là những xác lá ướt mem. Chỉ
biết thay chúng than thở qua *Uống Trà Dưới Nguyệt*

Xác lá tẩm hồn hoa,
Cùng trăng khóc xót xa:
Chúng mình sao phận bạc,
Đối ẩm chỉ ông già?

Lão Già Say, Kỳ II

15-03-2021, viết lại 08-06-2021

Rất nhiều trang mạng, chắc là chép
lẫn nhau, bừa bãi gom bốn câu thơ
sau, cho là của Âu Dương Tu, còn
ngang nhiên đặt tên là *Xuân Nhật Tây*
Hồ Ký Tạ Pháp (春日西湖寄謝法)

酒逢知己千杯少
話不投機半句多
遙知湖上一樽酒
能憶天涯萬里人

Tửu phùng tri kỷ thiên bôi thiểu

Thoại bất đầu cơ bán cú đa

Dao tri hồ thượng nhất tôn tửu

Năng ức thiên nhai vạn lý nhân

Thật ra chỉ có hai câu sau mới nằm trong bài *Xuân Nhật Tây*
Hồ Ký Tạ Pháp Tào Ca (春日西湖寄謝法曹歌) của Âu Dương
Tu, trong đó Tạ Pháp Tào là viên quan Pháp Tào họ Tạ

Uống rượu mà hiểu nhau thì ngàn ly chẳng đủ

Nói chuyện mà không hợp thì nửa câu là quá nhiều

Người hẳn biết một mình mà uống rượu trên hồ

Dễ làm nhớ đến bạn ở chốn xa ngàn dặm

Ý nghĩa khá tương hợp, nhưng do gán ghép từ hai bài thơ
khác hẳn nhau nên không đúng vần! Nếu sửa chữ nhân (人)
trong câu cuối thành chữ nga (娥) thì vừa hiệp vần vừa lãng
mạn, coi như mình "tập thơ", cũng như người ta "tập Kiều".
Người được nhớ giờ là *bạn tình*, vì nhân chỉ là một *người*, còn
nga là *người đẹp*. Vậy là xong được bài thất ngôn tứ tuyệt mà
khi viết lên vách quán trong *Ý Hợp Tâm Đầu*, tôi đã mạo muội
"hiện đại hóa" câu thứ hai trong cặp tục ngữ.

Nhậu có kẻ vai không uống rượu
Chat chưa thấy mặt chỉ hao lời
Mỗi lần nâng chén bên dòng nước
Lại nhớ tình xa vạn dặm khơi.

Sẵn đang phá văn của Âu Dương Tu, xin kể thêm câu chuyện về một đoạn văn trong bài *Túy Ông Đình Ký* (醉翁亭記 - Ghi Tại Đình Ông Già Say) của văn thi gia này

醉翁之意不在酒	*Túy ông chi ý bất tại tửu*
在乎山水之間也	*Tại hồ sơn thủy chi gian dã*
山水之樂	*Sơn thủy chi lạc*
得之心而寓之酒也	*Đắc chi tâm nhi ngụ chi tửu dã*

Lão già say thật ra không màng gì đến rượu
Chỉ vấn vương cùng cảnh sông nước
Nhưng niềm vui sông nước đó
Chỉ xin gởi gắm trọn tấm lòng vào rượu mà thôi

Tôi nghĩ mấy ông già xưa thật khéo giả vờ - uống rượu, làm thơ mà chỉ nói đến thưởng thức mây trăng gió nước... ai tin cho được. Chi bằng thẳng thắn thành thật, *có sao nói vậy người ơi*. Nhìn cảnh mà làm được thơ say thì khó vô cùng, chứ nhìn người đẹp, dựa hơi men, thơ ra chạm tới đáy lòng. Thành thử có bài tự sự *Vì Sao Ta Say*

Ta say chẳng bởi men nồng,
Mà say vì cặp má hồng đương xuân.
Đuối lòng trước vẻ giai nhân,
Dỗ tim cuồng loạn vài cân rượu tình.

Thương Ngô Dao

02-04-2021

Thương Ngô Dao (蒼梧謠) là điệu Từ ngắn nhất, chỉ có 16 chữ, nên còn gọi là Thập Lục Tự Lệnh. Câu đầu tiên chỉ có 1 chữ, lại là chữ quan trọng nhất vì nó mở ý và định vần cho cả bài. Dưới đây, bài bên trái của Thái Thân (蔡伸), bài bên phải không rõ tác giả, cùng bản tôi dịch theo điệu Từ - tự nhận là khá tồi - cho thấy không dễ gì vừa theo ý vừa theo khuôn khổ.

天
休使圓蟾照客眠
人何在
桂影自嬋娟

秋
雨慘霜寒起弄舟
圓月远
故國亦悠悠

Thiên
Hưu sử viên thiềm chiếu khách miên
Nhân hà tại
Quế ảnh tự thiền quyên

Thu
Vũ thảm sương hàn khởi lộng chu
Viên nguyệt viễn
Cố quốc diệc du du

Không!
Đừng để vầng trăng lọt kẻ song.
Đâu còn gặp,
Sao thấy nguyệt là mong?

Thu,
Thuyền nhỏ mưa chan gió thổi vù.
Trăng tít tắp,
Quê cũ cũng xa mù.

Bài của Thái Thân nếu dịch đúng chữ *thiên* là *trời*, sẽ phải dùng vần *ơi*. Tôi cũng thử dùng chữ *mây*, vì mây ở trên trời, có thể tạm thay trời, nghe lời kêu gọi mà che trăng

Mây,
Đừng để trăng tròn động giấc say.
Mơ là vậy:
Thấy nguyệt, dợm cầm tay!

Nghe tạm được, chỉ hơi gượng ép, nhưng nếu thử bằng lục bát cả hai bài thì thấy có vẻ "thơ" hơn một chút

Trăng ơi! Hãy lánh vào mây,
Đừng cho tôi, cả đêm nay,
nhớ người!

Thuyền sương, gió dập mưa vùi,
Khuất trăng, khuất cả ngậm ngùi
quê xưa

Gần đây tôi gặp một bài không rõ tác giả, đọc qua thấy cưỡng ép như bị gò bó bởi khuôn khổ và ý sáo cũ

雞
半夜鳴兮殘夢迷

君何處
烈雨正凄凄

Kê
Bán dạ minh hề tàn
mộng mê
Quân hà xứ
Liệt vũ chính thê thê

Gà
Gáy nửa đêm làm tan
mộng ta
Người xa vắng
Lạnh buốt trận mưa già

Tiếng gà gáy nửa đêm làm lỡ chiêm bao. Đồng ý. Lấn cấn ở chỗ liền đó lại than là mưa lớn, trời lạnh buốt. Mưa đêm, không thức giấc vì tiếng mưa đập mái nhà, mà vì... tiếng gà gáy - tiếng gà át cả tiếng mưa dông? Nghĩ đến đó, bỗng dưng tôi nhớ lại đoạn thơ của Trạng Đớp Nguyễn Xuân Tài

Mưa dông héo hắt đêm tà
Xóm bên nghe mấy tiếng gà óc eo

nên chấp nhận cho qua, và dịch thoát như trên.

Dịch theo đúng điệu từ thì khó, nhưng nếu sáng tác trực tiếp bằng tiếng Việt thì dễ thở hơn một chút, vì mình hoàn toàn chủ động chọn chữ đầu tiên cho ý và vần, như hai bài sau

Say Suốt Đêm Dài

Say!
Tơi tả quanh mình mộng ảo bay,
Chân bát đảo,
Hồn ngất ngưởng trời mây.

Phả Khói Vẽ Chân Dung

Đêm,
Cạn mấy ly rồi chửa thấy em.
Châm điếu thuốc,
Thở nhẹ nét môi mềm...

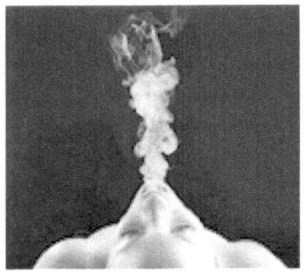

Ta Viết Chẳng Thành Sonnet

Tư Tưởng Yosa Buson Qua Bài Cú

02-04-2021

Có lần, tôi đã tự ví *Đời Tôi* như một bức tranh thư pháp, với cánh nhạn lẻ loi bay trên nền trời trong một đêm trăng

> *Đấy, trang thư pháp hoàng hôn:*
> *Nhạn cô đơn vẽ đầy buồn lên sương,*
> *Lại trăng đóng triện hoang đường,*
> *Hỏi sao mà chẳng đoạn trường bấy nay!*

nhưng sau này tôi nhận ra đó chỉ là sự bộc phát từ tiềm thức một bài thơ của Yosa Buson (1716-1784), một trong ba nhà thơ Bài Cú nổi tiếng nhất của Nhật. Đó là bài mà tôi tiêm nhiễm từ lâu, và đã có lần dịch thoát, hay viết theo

一行の	ikkō no	một hàng
鳫や端山に	gan ya hayama ni	chim nhạn trên triền núi
月を印す	tsuki insu	đóng ấn trăng

> *Nhạn tung thư pháp ngang trời*
> *Trăng vàng đóng triện, tuyệt vời tờ hoa*

Tiếng Nhật ngày xưa chữ mơ, hay mận, viết là うめ (ume), sau đổi thành むめ (mume), rồi trở lại うめ (ume) cho đến nay, để xảy ra nhiều cuộc tranh cãi về lối viết nào đúng. Theo Buson

梅咲ぬ	ume sakinu	hoa mơ nở
どれがむめやら	dore ga mume yara	dù gọi là hoa mận
うめぢややら	umeji ja yara	hay hoa mơ

Dịch thoát theo hồn Việt thành

> *Hoa kia vẫn thắm, vẫn hồng,*
> *Gọi mơ hay mận, vẫn nồng nàn tươi!*

Thật không khác gì Shakespeare
trong *Romeo and Juliet*

> *What's in a name? That*
>   *which we call a rose*
> *By any other name would*
>   *smell as sweet.*

Hòa nhập vào tự nhiên, Buson có cùng cảm xúc với hoa cỏ

牡丹切て	botan kitte	ngắt cánh mẫu đơn
気のおとろひし	ki no otoroishi	thấy lòng chùng xuống
夕かな	yuube kana	tối nay

Mới vừa ngắt nhánh mẫu đơn
Đã nghe đêm bỗng buồn hơn bao giờ

Luôn muốn mọi người cùng san sẻ niềm vui và sức sống

燭の火を	shoku no hi o	lửa ngọn nến
燭にうつすや	shoku ni utsusu ya	sang ngọn nến
春の夕	haru no yū	chiều xuân

Nến ơi hãy dậy lửa nồng   *Nến châm nến, chạm tim hồng*
Chuyền sang ngọn khác cho   *Đêm xuân truyền chút*
            hồng chiều xuân   *lửa lòng cho nhau*

Và ông lạc quan, tin tưởng vào sức
mạnh của ý chí, như ước muốn của
mọi con người là kéo dài tuổi thọ để
tự trường tồn

春の夕	haru no yū	chiều xuân
たえなむとする	taenamu tosuru	giữ không tàn
香をつぐ	kō o tsugu	thêm hương

Hương xuân đã xế bóng chiều,
Đốt thêm nến, giữ ít nhiều thơm xưa.

Đôi Bài Thơ Tiếng Anh

Xem truyền hình, chúng ta đôi khi ngạc
nhiên thấy nhiều người mệnh danh là
experts lại có những bình luận rất lảng,
thậm chí nhảm nhí: thời buổi này, ai cũng
có thể tự xưng là experts! Bill Knott đã nói
lên điều đó qua bài thơ rất ngắn nhưng vô
cùng thâm thúy *Advice From The Experts*

> *I lay down in the empty street and parked*
> *My feet against the gutter's curb while from*
> *The building above a bunch of gawkers perched*
> *Along its ledges urged me don't jump don't jump.*

Từ trên cao nhìn xuống một người nằm ngửa trên đường,
chân tựa vào lề đường, mà tưởng người đó sắp sửa nhảy lầu!

> *Nằm dưới đường, chân đạp lề, tôi thấy*
> *Từ những lan can tít tắp trên cao,*
> *Thiên hạ lao xao, như thét, như gào*
> *Khẩn thiết bảo tôi: Ô! Đừng! Đừng nhảy!*

Thơ Anh ngữ nhiều lúc có những kết thúc khó ngờ trước như
vậy. Tương tự, qua bài thơ thật cảm động *Not Bad, Dad, Not
Bad*, Jan Heller Levi đã bất chợt nói lên nỗi ân hận của cô, khi
đã lớn mới thấu hiểu những nỗ lực của người cha, mà lúc nhỏ
cô luôn oán trách là không hết lòng thương yêu cô

> *I think you are most yourself when you are swimming;*
> *slicing the water with each stroke,*
> *the funny way you breathe, your mouth cocked*
> *as though you're yawning.*
>
> *You're neither fantastic nor miserable*
> *at getting from here to there.*
> *You wouldn't win any medals, Dad,*
> *but you wouldn't drown.*

I think how different everything might have been
had I judged your loving
like I judge your sidestroke, your butterfly,
your Australian crawl.

But I always thought I was drowning
in that icy ocean between us,
I always thought you were moving too slowly to save me,
when you were moving as fast as you can.

Tôi đã cố gắng chuyển đạt lại thành *Ba Không Tệ Đâu Ba!*, hy vọng không làm mất đi nụ cười nhẹ nhàng lúc đầu và một chút ngậm ngùi ân hận ở đoạn cuối

Ba đúng là ba, khi đang bơi:
Quạt tay, tóe nước bắn tung trời!
Mỗi lần ba ngóc đầu lên thở.
Miệng há như là sắp hụt hơi...

Không tồi, cũng chẳng mấy hay ho,
Ba vẫn bơi về đích, thấy chưa.
Tuy chẳng bao giờ mong đoạt giải,
Nhưng không lo chết đuối bao giờ.

Nếu như ngày đó con khôn chút,
Biết hiểu lòng ba đối với con
Cũng giống như là ba cố gắng
Lướt bơi, chẳng quản sức hao mòn.

Nhưng con khờ quá, con luôn nghĩ:
Con sắp chìm trong hố cách chia,
Lại oán ba chần chờ chẳng cứu,
Dù ba đã tận lực bơi về...

Có Những Bài Thơ Khó Dịch

02-04-2021

Có những bài thơ Anh ngữ mới đọc qua thấy đơn giản nhưng lại rất khó dịch. Điển hình là một bài thơ của Emily Dickinson, mà cho đến nay, người ta vẫn còn tranh luận *this* là vật gì, và vật đó được *mang đến* (to bring) cho *ai*. Đạt được cái lơ lửng trổng không hết sức Á Đông này là một thể hiện độc đáo, hiếm thấy trong thơ Anh ngữ. Tôi chỉ cố gắng dịch ý - còn cái lửng lơ thì tự nhiên mà có, đó là sở trường của tiếng Việt mà!

It's all I have to bring today	Chỉ cần mang đến bấy nhiêu,
This, and my heart beside	Bấy nhiêu, cùng trái tim yêu, đủ rồi.
This, and my heart, and all the fields	Bấy nhiêu, cùng trái tim thôi,
And all the meadows wide	Với đồng, với ruộng, bên trời bao la.
Be sure you count - should I forget	Đếm cho kỹ, kẻo người ta
Some one the sum could tell	Cộng đi cộng lại, biết ra, mất lòng.
This, and my heart, and all the Bees	Bấy nhiêu, cùng trái tim hồng,
Which in the Clover dwell.	Với trong hoa, cả bầy ong nữa kìa!

Và đây là một bài thơ khác, cũng của Emily Dickinson, và cũng rất khó dịch, vì được viết dưới dạng một lá thư, của *Ruồi Gởi Cho Ong*

Bee! I'm expecting you!	Ong này! Ta ngóng chờ Người!
Was saying Yesterday	Hôm qua mới nói với người Người quen
To Somebody you know	Rằng Người trễ hẹn rồi nhen.
That you were due-	
	Tuần qua, tụi Ếch rủ ren nhau về,
The Frogs got Home last Week-	Đang lo công việc bộn bề.
Are settled, and work-	Bọn Chim cũng sắp tựu tề đủ tay.
Birds, mostly back-	Cỏ Đồng ấm mượt xanh dày.
The Clover warm and thick-	
	Thư này chắc đến Người ngày không xa,
You'll get my Letter by	Hồi âm tức khắc, Ong à,
The seventeenth; Reply	Tốt hơn, về gấp cùng ta.
Or better, be with me-	*Ký,*
Yours, Fly.	*Ruồi.*

Viết Lên Vách Quán

Nhưng có trường hợp chỉ có 4, 5 chữ mà viết thành bài thơ dài, thì dịch làm sao? Lâu lắm rồi, trong tiếng Việt, có người đã nhận xét chỉ với 5 chữ *sao, không, bảo, nó, đến,* họ có thể tạo ra trên 20 câu, mỗi câu đều tự có đầy đủ nghĩa. Nghĩ rằng chỉ tiếng Việt mới có sự uyển chuyển như vậy, tôi đã ngạc nhiên khi đọc bài thơ *Denial* của David Lehman dưới đây. Bài thơ này chắc phải đọc với giọng nhừa nhựa, chẳng khác gì trên bàn tiệc ta luôn luôn *Chối* rằng mình chưa say

I am not hungover.	Tôi đã say đâu nào!
I am **not** hungover.	Tôi đã say đâu nào!
Not hungover am I.	Đâu? Tôi nào đã say!
Am I hungover? Not!	Tôi đã nào say đâu?
Hungover am I not.	Say? Tôi nào đâu đã...
Am hungover? Not I.	Tôi đâu đã say nào!
I hungover not am.	Đã say đâu! Tôi nào...
I am hungover. (Not).	Nào, tôi đã say đâu!
Not I am hungover.	Nào, tôi đâu đã say!
Hungover I am not.	Say đâu? Tôi nào đã...
Am I not hungover?	Nào! Đâu tôi đã say?
Not am I hungover.	Tôi nào đã say đâu?
I not am hungover.	Đâu đã say! Tôi nào...
Hungover not am I.	Tôi... nào đâu đã say...

Emily Dickinson, Kỳ I

26-03-2021

Có thể nói Emily Dickinson (1830-1886) là ngôi sao Bắc Đẩu trong thi ca Anh Ngữ. Sinh thời, các nhà xuất bản đều chê không nhận in thơ của bà. Ngày nay, những bài thơ này lại được coi là những kiệt tác bất hủ trong văn học Mỹ. Thơ Dickinson ngắn, cô đọng, dùng chữ đơn giản nhưng ý nghĩa thâm thúy dị thường. Tất cả đều không có tựa đề.

To make a prairie it takes a
*   clover and one bee,*
One clover, and a bee.
And revery.
The revery alone will do,
If bees are few.

Đó là những nguyên liệu đủ để dựng lên một *Cánh Đồng*

Chỉ cần ngọn cỏ, con ong,
Đủ làm nên một cánh đồng rất thơ.
Con ong, ngọn cỏ, mộng mơ -
Mơ thôi cũng đủ - những giờ hiếm ong.

Ước hẹn cùng con tim cố gắng để *Quên*, nhưng ý thức được tình cảm yếu đuối của mình, Dickinson nhờ nó trợ thủ

Heart, we will forget him!
You and I, tonight!
You may forget the warmth he gave,
I will forget the light.
When you have done, pray tell me,
That I my thoughts may dim;
Haste! lest while you're lagging,
I may remember him!

Tim ơi... ta hãy quên chàng!
Đôi ta: thà chết, không hàng, đêm nay!
Ngươi quên hơi ấm chàng say,
Ta quên nét sáng chàng đầy mắt môi.
Nè, khi ngươi đã quên rồi,
Nhắc ta phải gắng, không thôi - nhưng mà
Nhanh lên! ta chỉ sợ là...
Lúc người trì trệ, lỡ... ta nhớ chàng...

Một mình chống lại cả thế giới, Dickinson tuy nhỏ bé nhưng anh dũng, dám đối đầu với gã khổng lồ Goliath. Tiếc thay, đời không như là mơ, bà cũng không là chàng David kiên cường

I took my Power in my Hand
And went against the World
'Twas not so much as David - had
But I - was twice as bold

I aimed my Pebble - but Myself
Was all the one that fell
Was it Goliath - was too large
Or was myself - too small?

Nhưng trong thơ Việt, phải dùng hình tượng châu chấu *Đá Xe*

Vận hết nội công thâm hậu
Quyết tâm đánh ngã xe đời
Tuy chẳng khỏe bằng châu chấu
Nhưng mà táo tợn gấp đôi!

Tung cả đôi chân cuồng nộ
Đạp liều, để... té lăn chiêng
Chẳng lẽ xe đời khó đổ?
Hay mình... nặng những oan khiên?

Emily Dickinson, Kỳ II

Vì không nhà xuất bản nào chịu in thơ bà, hầu hết thơ
Dickinson khi được khám phá lần đầu đều là bản chép tay.
Qua hơn 100 năm, nhiều học giả đã thi nhau "nhuận sắc", dù
thường chỉ là sửa đổi cách chấm câu, xuống hàng, viết hoa,
nên không có bản in nào giống hẳn bản in nào. Vì lý do đó, ở
đây chỉ chép lại theo bản dễ đọc nhất.

Xin giới thiệu bài thơ "làm người không nổi tiếng là hơn" dưới
đây, chế nhạo những người tự cho mình quan trọng - chẳng
khác nào con ếch huênh hoang khoe mẽ cùng một bãi sình

> *I'm nobody! Who are you?*
> *Are you nobody, too?*
> *Then there's a pair of us — don't tell!*
> *They'd banish us, you know.*
>
> *How dreary to be somebody!*
> *How public, like a frog*
> *To tell your name the livelong day*
> *To an admiring bog!*

với bản dịch thoát *Ta Chẳng Là Ai*

> *Ta chẳng là ai, còn ngươi?*
> *Ngươi chẳng là ai nữa chứ?*
> *Thế là mình đủ một đôi...*
> *Suỵt! Kẻo họ đày biệt xứ!*

> *Làm người nổi tiếng? Ôi điên!*
> *Như gã ếch già năng nổ*
> *Suốt ngày vỗ ngực xưng tên*
> *Trước bãi sình đen ngưỡng mộ.*

Tiếp theo là bài thơ viết về "hy vọng" - Dickinson coi đó như tiếng chim được biểu không, hót vang trong tâm hồn mỗi người, để an ủi, vỗ về không ngừng nghỉ

Hope is the thing with feathers
That perches in the soul,
And sings the tune without the words,
And never stops at all,

And sweetest in the gale is heard;
And sore must be the storm
That could abash the little bird
That kept so many warm.

I've heard it in the chillest land,
And on the strangest sea;
Yet, never, in extremity,
It asked a crumb of me.

Và bản dịch thoát, nói về *Hy Vọng*

Hy Vọng, như cánh chim trời,
Nhẹ đáp bên hồn côi cút,
Hót vang khúc nhạc không lời,
Réo rắt không ngừng một phút.

Dông bão điên cuồng, tức tối,
Nhưng làm gì được? Tiếng chim
Theo gió vượt qua đồng nội,
Dỗ bao nhiêu trái tim mềm!

Từ đảo hoang về biển lạ,
Qua miền buốt cóng da xương,
Chim hiến lòng cho tất cả,
Chẳng cầu ai biết, ai thương.

Viết Theo Thơ Anh Ngữ

25-03-2021

Khi dịch thơ ngoại ngữ, nhiều lúc nói tránh là dịch thoát cũng dễ dàng bị phê là dịch sai, một phần do luật thơ ràng buộc, một phần do ý thơ trôi đi... Những bản dịch đó có thể nói lên một tâm tình rất khác, đôi khi trái ngược cả với nguyên tác. Chỉ còn cách gọi là *viết theo*, giống như nói *gợi hứng từ*...

Như bài *Tour* của Carol Snow nói về việc một người đàn ông quét con đường dẫn vào ngôi đền

> *Near a shrine in Japan he'd swept the path*
> *and then placed camellia blossoms there*
> *Or - we had no way of knowing - he'd swept the path*
> *between fallen camellias*

trở thành việc cô gái quét *Đường Lên Chùa* khi tôi viết theo

> *Cô quét đường cho sạch,*
> *Rồi đi rải ngọc lan,*
> *Hay là cô khéo quét,*
> *Len giữa những hoa tàn?*

Từ *There Was A Little Girl* của Henry Wadsworth Longfellow

> *When she was good,*
> *She was very good indeed,*
> *But when she was bad she was horrid.*

tôi viết theo thành bài *Em*, đảo ngược ý câu cuối cho tình tứ, còn bonus thêm phần giải thích

> *Khi ngoan, em nhất trên đời.*
> *Khi hư, em mới... tuyệt vời làm sao!*
> *Ỡm ờ, kín hở, chiêm bao,*
> *Thơ anh chới với ngã nhào trong em...*

Đoạn cuối trong bài *Dandelion* của Julie Lechevsky như sau

> *I wish I could grow like a dandelion,*
> *from gold to thin white hair,*
> *and be carried on a breeze*
> *to the next yard*

Dandelion là bồ công anh, được biết nhiều qua câu *Je sème à tout vent* của Larousse. Bài viết theo gọi là dã yên hoa, vì là hoa đồng nội màu khói, và theo gió về trời xa vì một *Phu Nhân* về cõi vĩnh hằng sẽ không chỉ bay qua vườn bên cạnh

> *Nàng như dã yên hoa*
> *Bạc trắng tóc xưa vàng óng ả*
> *Theo gió về trời xa*

Cuối cùng là bài *A Cup Of Tea* của Alyssa

> *I poured myself*
> *inside your cup*
> *pretended to be tea*
> *your lips pursed to the rim*
> *burning kiss*
> *bile churns*
> *you forgot*
> *I'm made of sin*

đã được viết theo với tựa đề *Cạn Từng Hớp Nhỏ* (bốn chữ này mượn của Vũ Hoàng Chương)

> *Rót mời anh chén trà em,*
> *Đây thơm ngực nõn, đây mềm vai ngoan.*
> *Bỏng môi! Cháy ruột! Bầm gan!*
> *Chết anh chưa? Trúng đời oan nghiệt rồi...*

Khu Vườn Của Anne Poarch

19-04-2021

Anne Poarch lớn lên ở tiểu bang North Carolina và hiện theo đuổi sự nghiệp thi ca ở Richmond, Virginia, sau hơn 20 năm miệt mài trong ngành tài chánh. Những bài thơ ở đây đều trích từ tập *Flights* xuất bản năm 2017.

Có nhiều bài thật ngắn như *Goslings* tả một đàn *Ngỗng Con* lông tơ mượt đang bềnh bồng trên nước

> *A flotilla of goslings*
> > *idle upon the canal*
> *Gigantic dandelion puffs*
> > *resting on the water.*

> *Trên hồ, mấy chú ngỗng con*
> *Nhẹ trôi như những bông gòn lửng lơ.*

Hầu hết đều nói về những vật nhỏ nhặt tầm thường dễ gặp ở sau vườn, như bài *Speckled Egg*, chiếc *Trứng Đốm*

> *A speckled egg*
> > *like a freckled hand.*
> *Fragile... to me.*
> *To be held gently.*
> *To be stroked.*
> *Sometimes to be left alone*
> > *and admired.*

Như bàn tay trổ đồi mồi,
Trứng lốm đốm đen, mảnh dẻ,
Nên nhẹ cầm lên, vuốt khẽ,
Hay nhìn, thật dịu dàng thôi.

Tập *Flights* gồm năm phần, Xuân, Hạ, Thu, Đông, và Lại Xuân. Thiên nhiên là đề tài ưa thích của Poarch, nhưng nhiều nhất là những đoạn viết về bươm bướm, như bài *Missing* dưới đây nói về sự *Nhớ Nhung* vì thiếu vắng chúng khi mùa lạnh đến

As winter days begin
    I miss
      the butterfly
Miss his cadence,

    and the surprise
    of a winged dance.
Flitting through trees,
    over grass,
    over seas.
Whizzing around my head.
Beautiful thin wings,
    graceful
    as an angel.

Vào đông, vắng bướm, nhớ hoài,
Tìm đâu vũ điệu ngắn dài, gần xa,
Tung tăng ngọn cỏ, lòng hoa,
Vỗ đôi cánh mỏng vút qua vườn trần...

Bài Sonnet Tình Yêu Của Shakespeare

16-04-2021

Ta viết chẳng thành sonnet
Nàng sao hiểu nổi luật Đường...

Shakespeare, thi hào Anh quốc, không chỉ lừng danh thế giới với những vở kịch bi hùng như Hamlet, Romeo And Juliet, v.v. mà còn có nhiều bài sonnet để đời, với nhiều câu đã đi vào huyền thoại, chẳng hạn ông đã khéo *ví mà không ví* người yêu như cái nồng ấm rực rỡ của ngày hè

Shall I compare thee to a summer's day?
Thou art more lovely and more temperate:
Rough winds do shake the darling buds of May,
And summer's lease hath all too short a date.

Dám đem Hè sánh em ư?
Em hơn rực rỡ, lại dư dịu dàng,
Chẳng như ngọn gió phũ phàng,
Cũng không phù phiếm tiêu quàng ngày xanh.

Cũng gần giống như câu thơ của Charles Sedley

She deceiving, I believing; what need lovers wish for more?
(Nàng dối, tôi tin; tình nhân mong gì hơn nữa?)

nhưng Shakespeare nói một cách rõ ràng, quả quyết hơn

When my love swears that she is made of truth,
I do believe her though I know she lies.

Đôi ta, một lứa cá mè:
Em thề nói thật, anh thề tin em!

Nói lên cái ghen tuông hành hạ mình đến quá mức chịu đựng khi người yêu chỉ vừa mới liếc nhìn một chàng trai khác, Shakespeare đã viết trọn một bài sonnet

O, call not me to justify the wrong
That thy unkindness lays upon my heart;
Wound me not with thine eye but with thy tongue;
Use power with power, and slay me not by art.

Tell me thou lov'st elsewhere; but in my sight,
Dear heart, forbear to glance thine eye aside;
What need'st thou wound with cunning when thy might
Is more than my o'erpressed defense can bide?

Let me excuse thee: ah, my love well knows
Her pretty looks have been mine enemies;
And therefore from my face she turns my foes,
That they elsewhere might dart their injuries -

> *Yet do not so; but since I am near slain,*
> *Kill me outright with looks and rid my pain.*

Đừng bắt anh phải biện minh
Cho em cái tội hành hình tim anh!
Lưỡi cứ ngọt, mắt đừng xanh,
Nét gươm tàn độc nào nhanh bằng lời?

Nói đi, "Yêu kẻ khác rồi!"
Chứ đừng liếc mắt khi người quanh đây.
Em đâu cần khéo, cần hay,
Giết anh, một cái nhấc tay cũng thừa.

Đôi khi anh tự dối lừa:
"Em e mắt đẹp cắt bừa tim anh,
Nên em cứ liếc nhìn quanh,
Thà người khác chết, chưa đành hại nhau..."

Nhưng thôi, nhìn thẳng anh mau!
Chém đi, cho dứt cái đau đớn này...

Ngày Qua Tháng Mất Vội Vàng

Mai Bảy Cánh

27-03-2021

Đến khi tôi biết yêu, biết làm thơ tình, thì Chiến đã đi xa.

Chiến và tôi có rất nhiều kỷ niệm, nhất là kỷ niệm về thơ. Có thể nói tôi tự học làm thơ, nhưng từ những bước đầu, chính Chiến đã dạy tôi cách làm thơ Đường cho thật đúng luật, đúng niêm. Chiến là em họ của tôi. Hai thằng hay làm chung từng bài thơ ngắn, mỗi đứa một vài câu, với bút hiệu chung là Mai Bảy Cánh, vì Chiến thứ Hai, tôi thứ Năm

Cây khế hôm nay nặng trĩu cành
Trái thì chín đỏ, trái còn xanh
Mặc dù vừa mới ăn cơm đó
Vẫn nhỏ mật xanh nhịn chẳng đành
Leo lên cây khế làm ba trái
Lận túi hái thêm đặng để dành
Khi tuột xuống rồi thì thấy khát
Bụng đã no cành vẫn uống chanh.

Cùng là con nít, nhưng Chiến già dặn, chín chắn hơn tôi. Tả cặp gà đá, hay tả con mèo, con nhện, đều có nét độc đáo

Anh hùng mã thượng chính là ta
Cãi vả nhau chi phí sức gà
Hãy thử tranh tài ta tỉ thí
Con nào thắng được sẽ làm cha...

Đi nhẹ như ru ấy chú mèo
Chân mềm bắt chuột dính như keo...

Tám chân nằm giữa càn khôn lưới
Đôi mắt liếc vòng khắp mật khu...

Một cuối năm, Chiến vẽ một thiệp Xuân, mới trông như Hán tự, nhưng đem soi gương lại là bài thơ chúc Tết tiếng Việt

Mai vàng đua nở khắp nhân gian
Xuân đến lòng ai chẳng rộn ràng
Mượn mảnh hoa tiên thay thiếp ngọc
Chúc mừng vui vẻ đón xuân sang.

Ngoài hai tập thơ chung, Chiến và tôi còn cùng viết một bài song thất lục bát dài, kể chuyện Ngáo Và Táo Quân, được báo Điện Tín đăng trong một số Xuân. Dần dần, Chiến đổi hướng thơ, không viết chung với tôi nữa, vì tôi còn khờ khạo chưa biết lãng mạn như mấy bài Chiến viết về cô nữ sinh tên Ngọc

Phận gái, nhưng mà cứ bảo trai
Phun châu, nhả Ngọc suốt canh dài...
... Khen cho tạo hóa làm ra đó
Thấy Ngọc, thân này cũng đắm say

Anh gom những mây hồng trôi lơ lửng
Để kết thành tà áo của riêng em
Hái muôn sao anh điểm khắp thân mềm
Mượn trăng khuyết trao em cài lên tóc...

Chiến lớn hơn tôi vài tuổi, nên khi chiến sự nổ bùng, Chiến phải giã từ vở bút, lên đường tòng chinh. Khi đã đeo lon Thiếu Úy, Chiến phải ra mặt trận lúc đó đang vô cùng sôi động. Gia đình anh tôi làm một bữa tiệc tiễn Chiến lên đường, không ai ngờ lần chia tay ấy lại là lần vĩnh biệt

Năm đó mày đi anh tao tiễn
Một tiệc đơn sơ ra chiến trường
Vài cuốn chả giò, vài chén bún
Nói cười hể hả chuyện quê hương

Lúc bấy giờ, tôi vừa biết yêu, mới biết làm thơ tình, thì Chiến đã đi xa, xa thật là xa...

U Ẩn Cung Xưa

09-05-2021

Thời trung học, tôi
từng ngồi kế bên một
đứa bạn rất lãng mạn,
mơ mộng. Khi làm thơ,
hắn ký tên là Hoài Viễn,
thường viết vu vơ lên
giấy, đưa tôi đọc. Có

đôi lần cả hai khốn đốn trong lớp vì các thầy chú ý, bắt nộp
những mảnh giấy đó để đọc cho cả lớp nghe. Tôi rất phục tài
thơ văn của hắn, đến nay vẫn còn thuộc một đôi câu. Khi mà
tôi còn ngơ ngác viết về lũ gà vịt trong sân nhà

> *Đàn vịt vui đùa bên vũng nước*
> *Lũ gà bới đất tận đàng xa*

thì hắn, Hoài Viễn, đã biết sầu man mác trong chiều mưa

> *Chiều hôm phố chợ mưa rào*
> *Tôi chơ vơ đứng nghẹn ngào buồn tênh*
> *Nghe hồn ngập nỗi mông mênh*
> *Lòng thì đã lặng tình quên đã nhiều*
> *Tưởng chừng trong cảnh quạnh hiu*
> *Nghìn xưa trở lại tiêu điều trong tôi.*

Bài thơ rất dài, tôi đã quên gần hết, chỉ còn nhớ đoạn kết

> *Ngày qua tháng mất vội vàng*
> *Nửa chừng trông lại ngỡ ngàng đầy tay*
> *Trời xa gió lộng lá bay*
> *Mưa rơi cho lạnh cho đầy hư không*
> *Tâm tư lắng giọt nước trong*
> *Chờ cơn mưa tạnh thấy lòng hắt hiu.*

Những lúc chán nản, thất chí, hắn thường đọc cho tôi nghe câu thơ tâm đắc nhất của hắn

Chí lớn đành đốn sập đốt ra tro.

Nhưng một ngày kia, có lẽ đã nắm bắt được tình yêu, hắn cho tôi đọc đoạn thơ sau cùng, còn thì giấu biệt từ dạo ấy

Mây mù giăng ngang đỉnh trời bão rớt
Gió Bắc phương thổi suốt những con đường
Em đi học hồng lên đôi má phớt
Bước chân chim qua nhẹ giữa công trường.

Tôi có quen người hàng xóm, nhà thơ Chân Mây sau này, tuy thuở ấy thơ không gà vịt như tôi, nhưng chẳng hơn gì mấy

Trên đường có nhị chàng trai
Đầu hai thứ tóc cỡi hai ngựa hồng
Ngựa thì trắng toát như bông
Vó câu xình xịch ruổi dong dặm dài.

Tuy nhiên, đầu một mùa xuân, thơ cô nàng đổi khác. Đọc qua tôi cũng thấy lòng thoáng chút bâng khuâng

Sao người không về đây ghé ngang
Lòng em, con bé mộng chiều xuân
Tựa nhau hát khúc tình ngơ ngẩn...

Chuyện chưa đâu ra đâu thì nghe phong phanh tôi có thể đi về miền xa, cô hàng xóm ghi cho tôi đôi dòng chữ sau cùng

Người đã bỏ đi vùng trời năm tháng
Vùng quê hương rờn rợn tiếng tên người.

Còn một cô bạn học sinh ngữ thì ghi vào lưu bút bốn câu, tôi chỉ nhớ được một, và lấy làm tựa đề cho những kỷ niệm ngây ngô một thời mà đọc lại còn thoảng nghe hồn xao động

Như đầu non thông u ẩn cung xưa.

Thơ Mèo An, Kỳ I

15-04-2021

Tôi tập làm thơ từ năm 13 tuổi. Bài thơ đầu đời rất ngô nghê, nhưng bước đầu tiên mà, chỉ vấp té vài chỗ là... hay rồi!

> *Trong nhà tôi có một con gà*
> *Sắc một màu thuộc loại trống ta*
> *Thường hay ăn bắp không ăn lúa*
> *Chỉ biết gáy mà chẳng biết ca.*

Ba tôi đọc thấy bài này, tôi sợ lắm - sợ ba hơn sợ cọp - nhưng lạ thay, tôi không bị la mà còn được khen, được khuyến khích. Thế là tôi tiếp tục tập làm thơ đến tận hôm nay. Vì vậy, lúc Nó chưa đầy 4 tuổi, Nó bất ngờ nói lên hai câu nghe có vẻ thơ, tôi nắm lấy cơ hội, chỉ vẽ thêm, khuyến khích Nó

> *Ba đừng vẽ mặt khóc!*
> *Con chỉ thích mặt cười...*

Cứ thế, Nó suy nghĩ, rồi đọc lên, tôi chỉ việc ghi lại, và chỉ 7 tháng sau, vừa hơn 4 tuổi, Nó đã có những câu như

> *Nhà mình bừa bộn quá*
> *Không có dọn dẹp đâu*
> *Chừng nào con năm tuổi*
> *Con mới dọn dẹp.*

Khi Nó lên 5, tôi muốn Nó làm thơ có vần, được kết quả đầu tiên

> *Mèo ăn bánh vui quá*
> *Mèo muốn ăn miếng cá*
> *Mèo muốn đi rửa tay*
> *Mèo muốn đi ra ngoài biển để lượm cục đá.*

Viết Lên Vách Quán

Nó cũng thắc mắc tại sao thơ phải có vần, và hỏi tôi, thơ của ba có vần không - nên tôi phải trả lời

Thơ của ba có vần
Vần từ đầu đến chân
Vần từ trên xuống dưới
Vần từ xa tới gần
Vần từ phải sang trái
Vần từ nhà ra sân.

Nó đã kỷ niệm ngày em Nó ra đời bằng

Mèo bữa nay có em
Mèo muốn thèm cà rem
Em nhỏ em muốn khóc
Em không biết xài kem.

Lúc gần 6 tuổi, đã đọc và viết rất chỉnh, Nó tự viết lên bảng bài thơ trong hình, ghi lại bên dưới cho dễ đọc

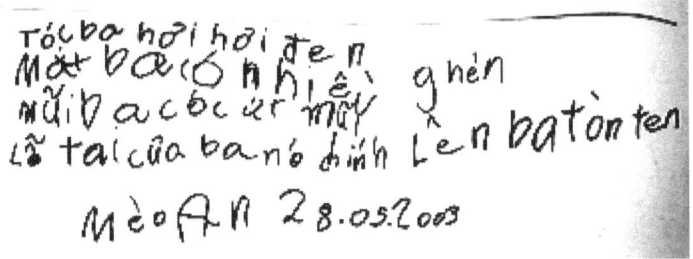

Tóc ba hơi đen đen
Mắt ba có nhiều ghèn
Mũi ba có cứt mũi
Lỗ tai của ba nó dính lên ba tòn ten.

Sau cùng là bài lục bát, lúc sắp tròn 10 tuổi

Cái bông đang chết trong rừng
Tại vì con sóc nhảy tưng hồi nào...

Thơ Mèo An, Kỳ II

Bạn bè cũng như các anh của ba Nó đều thích làm thơ. Ngày Nó lên 2, chú Minh Cường đã tiên đoán

> *Thoáng chốc mà hơn hai tuổi rồi,*
> *Bé giờ thích đọc, viết, hay chơi?*
> *Vài năm gắng học thêm khôn lớn,*
> *Viết mấy vần thơ để bố cười!*

Bác Hai, Thuần Ngọc, biết Nó làm thơ, viết tặng Nó một bài yết hậu, dựa theo bài thơ số 1 trong tiếng Việt (*Thơ Con Cóc*)

> *Mèo An từ trong nhà*
> *Từ nhà ra ngoài sân*
> *Ra sân nằm lại đó*
> *Nằm đó rồi chạy đi.*
> *Hì hì!*

Bác Ba, Sách Ngọc, thì chúc mừng sinh nhật Nó

> *Mỗi năm hoa đào nở*
> *Là sinh nhật Mèo An*
> *Nhắc mọi người phải nhớ*
> *Và gởi quà cho con*
>
> *Rồi mỗi năm mỗi lớn*
> *Càng thông minh càng ngoan*
> *Nên ai ai cũng mến*
> *Thương đứa cháu Mèo An.*

Lên lớp Bốn, Nó được nền giáo dục Mỹ dạy làm thơ. Lúc đó nó đã đọc qua thơ Emily Dickinson, nên một trong những bài Nó viết trong lớp Bốn đã mang hơi hướm của nhà thơ đó

Viết Lên Vách Quán

To turn your backyard into a vast savanna
All it takes is a squirrel, and a rabbit,
And a daydreamer.
Scatter your dreams. Let them run free.
From time to time paint a cardinal following a breeze.

Rồi tôi bồi hồi được đọc bài thơ về con ngựa đã vắng bóng

When I walk to the place
Where my horse once stood,
I think about him.

His mane, smooth and obedient.
His eyes, soft and gentle.
His neigh, loud and joyful.

When I walk to the place
Where my horse once stood,
I miss him.

Bây giờ Nó đã lớn khôn, tôi nhờ Nó giúp dịch sang Anh ngữ một vài bài thơ của Vũ Hoàng Chương. Thơ Vũ Hoàng Chương được nhiều nhà thơ lớn dịch sang Anh, Pháp, Đức - các bản này đều chuyển đạt xuất sắc cái thâm thúy của họ Vũ, nhưng vì thế, bài thơ trở thành bài luận triết, mất đi cái rung cảm sảng khoái của nguyên tác. Hy vọng Nó có thể khắc phục được điều này, vì khi đọc bài đầu tiên Nó thử, *Hiểu Làm Sao Nổi*, tôi đã thấy xúc động vì một hứng thơ rất Tây phương...

Người giết người xong chạy tức thì
Mồi ngon chẳng gặm chẳng mang đi.
Rừng sâu cọp đói nhìn, kinh-ngạc
Đảo mắt gầm lên... không hiểu chi.

With his companion's blood on his hands, he flees
Leaving behind a perfectly good meal
I, the tiger, watch in astonishment
And snarl - what a waste!

Chuyện Cà Kê

03-05-2021

Đối là một cặp gồm hai câu có cùng số chữ, tiết điệu trầm bổng, đi song song với nhau về nội dung lẫn hình thức. Riêng các chữ ở cùng vị trí cũng phải cùng tự loại và có ý nghĩa tương xứng. Để thí dụ, xin xem hai câu trong bài thập thủ liên hoàn *Giữa Cuộc* của Vũ Hoàng Chương, và hai câu 5-6 trong bài *Viếng Tản Đà* của Đông Xuyên dưới đây

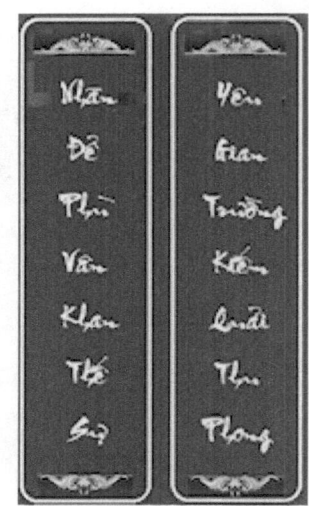

> *Nhớ lúc cười nghiêng câu chuyện phiếm,*
> *Tưởng khi mừng hụt nước cờ cao.*

> *Nghề học bút lông, danh bút thép,*
> *Đạo thờ ông Khổng, nết ông Trang.*

Trong văn học, có người đã dụng công lấy các tên tiểu thuyết của Khái Hưng và Nhất Linh chắp lại thành hai cặp câu đối

> *Người Quay Tơ Đôi Bạn Tối Tăm, Anh Phải Sống nở đâu Đoạn Tuyệt*
> *Đời Mưa Gió Lạnh Lùng Bướm Trắng, Buổi Chiều Vàng đâu nhỉ*
> *Nắng Thu*

> *Đời Mưa Gió Lạnh Lùng Anh Phải Sống*
> *Gánh Hàng Hoa Đoạn Tuyệt Nửa Chừng Xuân*

Lựa chọn từng chữ đã khó khăn như vậy, khi đưa thêm thuật *nói lái* vào thì còn khó đến bao nhiêu. Một tác giả trong tạp chí Thời Nay đã đưa ra một cặp câu đối

> *Thầy giáo tháo giày vấy đất vất đấy*
> *Bà trình bình trà cất đó có đất*

Chí Linh, bạn thân xưa, đã đối một cách xuất sắc như sau

> *Cú tha cá thu kiếm cha cá chim*

Chuyển qua nói lái, có người đưa ra

Con công con rùa con cua con rồng
Con ếch con nhộng con ốc con nhện
Con sáo con cóc con sóc con cáo

Tôi cũng nghĩ thêm được hai câu

Con trai con gấu con trâu con gái
Con cóc con sò con cò con sóc

Trở lại câu đối, mùa xuân đầu dưới chế độ mới, tôi cảm khái

Trời cho một Tết buồn, sáng sớm kinh qua hai đám khóc
Người cũng mừng năm mới, xuân về Hồ hởi bánh Liên Xô

Hai đám khóc vì con nhớ cha, vợ nhớ chồng, kèm hai chữ thời thượng: *kinh qua, hồ hởi* - nhưng cố ý viết thành *Hồ hởi*! Bánh chưng cũng đổi tên thành bánh Liên Xô, vì lúc đó ai cũng hết lòng *nô lệ*, theo đúng khẩu hiệu "*đoàn kết triệt để về mọi mặt với Liên Xô là mệnh lệnh của trái tim và khối óc.*" Vài năm sau, một đêm nghe được đài lạ, tôi chợt vui lên đôi chút

Thôn phố ngậm hờn, quỷ lộng chất chồng xương máu
Biên thùy đổi hướng, người về đòi lại núi sông

Trên Facebook, có người than tình vợ chồng đã bạc, tôi an ủi

Tình dẫu bạc, đá vàng luôn son sắt
Mộng tuy lưng, lòng dạ vẫn tâm đầu

Đó là *lưng, lòng, dạ, tâm, đầu* đối với *bạc, đá, vàng, son, sắt.*

Truyện Trạng Quỳnh có một câu khó, anh Thuần Ngọc tạm đối

Da trắng vỗ bì bạch
Trời xanh màu thiên thanh

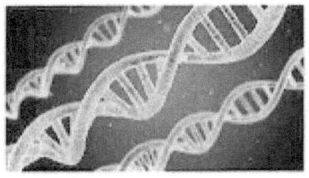

Nhưng thời nay thì có câu này, hình như chưa ai đối được chỉnh

Học sinh học Sinh học.

Lại Chữ Với Nghĩa

18-04-2021

Trong lớp tôi học lúc nhỏ, một anh có bạn gái tên Hoàng, bị chúng tôi mượn lời cụ Nguyễn Du trêu "*nay Hoàng hôn đã, lại mai hôn Hoàng...*" Rồi có anh thắc mắc sao cụ Nguyễn Du không nhắc đến con của Kiều. Bị vặn "Kiều làm gì có con?", anh đáp, sao cụ bảo "*thất kinh, nàng chửa, biết là làm sao...*"

Nhưng đó là quậy phá theo kiểu học trò. Một bạn, người lớn hơn, trách bài hát *Ngày Xưa Hoàng Thị* sai cả ngữ nghĩa "*em tan trường về*" - sao *em tan*? sao *trường về*? Lúc đó tôi còn khờ, không biết cãi *tan trường* là trợ ngữ cho động từ *về*. Thật ra, tôi đã khờ từ thuở còn bé tí teo. Lúc chưa biết đọc, nghe bài hát *Đường Xưa Lối Cũ* đến đoạn "*Đường xưa lối cũ có ánh trăng, ánh trăng **soi** đường đi*", tôi hỏi anh Ba tôi "ánh

trăng sao soi đường đi được?" Giảng mãi tôi không hiểu, anh nổi cáu "Mày ngu quá, sao lại không!" Tôi thì cứ tưởng Hoàng Thi Thơ nói ánh trăng "xoi" lủng đường đi. Cứ lớn lên cùng những cái ngu đó, cả đến khi nghe *câu* "giữa đoàn hùng binh có tôi đi **hàng đầu**" trong *Biệt Kinh Kỳ*, tôi cũng thắc mắc sao Minh Kỳ - Hoài Linh lại muốn đi *đầu hàng*! Cái ngu không nghĩ thoáng, cứ khăng khăng hiểu đi hàng đầu là "*đầu hàng*", cũng đeo đẳng tôi khá lâu.

Năm lớp 10, bài luận văn về nhà làm có đề "*Tổ quốc là **ngôi mộ địa cổ** của chung mọi người*". Tôi vật vã với nó, khổ sở vì hai chữ "địa cổ". Anh Ba tôi thì chịu, không hiểu tại sao tôi không hiểu. Ngôi mộ "địa cổ" là ngôi mộ như thế nào, trời ạ? Gần đây, tôi mới hiểu ra mình ngắt chữ sai, mà vì cố chấp, nên *ngôi mộ-địa* "cổ" mà cứ đọc là *ngôi mộ* "địa-cổ". Tương tự, tôi trăn trở nhiều năm mỗi khi nghe *Hoài Cảm* của Cung

Tiến "*qua dần những tháng **cùng** ngày.*" Tại sao chỉ những tháng "*cùng ngày*"? Những tháng "*khác ngày*" không qua dần hay sao? Cũng vậy, tôi đã từng bất mãn với Trần Trịnh - Nhật Ngân khi họ viết "*ngày ấy mưa không còn, nên đường dài thật dài, ta mặc **tình** rong chơi*" trong *Qua Cơn Mê*. Tại sao lại nỡ bỏ mặc cho "*tình*" rong chơi? Giờ thì đã hiểu...

Có điều đến giờ tôi vẫn lấn cấn với *Bài Không Tên Số 8* của Vũ Thành An: "*nhiều năm sau nữa, có buồn nhưng **vẫn chưa** bao giờ bằng hôm nay.*" Phải nói là "***sẽ không***" mới đúng chứ?

Tuy nhiên, cố tin rằng bây giờ mình đã bớt ngu phần nào, tôi xin đọc lại hai câu trong *Người Hàng Xóm* của Nguyễn Bính

> *Giá không có giậu mồng tơi,*
> *Thế nào tôi cũng sang chơi thăm nàng.*

Người ta thắc mắc, bàn tán, dẫn cả Kinh Thi để giải thích uy lực của giậu mồng tơi. Tôi thì nghĩ nhà thơ chỉ đổ bừa cho giậu mồng tơi để biện minh tính nhút nhát của mình. Chính trong *Tôi Đưa Em Sang Sông*, Nhật Ngân cũng kể lể "*chẳng lẽ chung một lối về, mà nỡ quay mặt bước đi.*" Trước đây, tôi cho thế là dở. Sao không nói "*dù chẳng chung một lối về, mà cũng không đành bỏ đi*" cho nồng nàn hơn. Nhưng thật ra tác giả đã tế nhị, không sỗ sàng, như ca dao đã mách nước

> *Thương em không dám vô nhà,*
> *Thập thò ngoài cổng, hỏi... gà bán không?*

Người Việt ta kín đáo, như khi cặp đôi sắp hôn nhau trong phim, ống kính từ từ hướng lên cao, khán giả chỉ được nhìn ngọn đèn trần và thoáng nghe tiếng nhạc êm. Có lẽ Lê Trọng Nguyễn cũng chính là một đạo diễn như vậy qua *Nắng Chiều*

> *Gợn buồn, nhìn anh, em nói "mến anh..."*
> *Mây lướt thướt trôi khi nắng vương đồi...*

Nối Lời Ca Dao

13-05-2021

Thỉnh thoảng bắt gặp đâu đó một vài câu ca dao bị sửa lời,
mà dường như lời sửa lại có vẻ dí dỏm hơn cả lời chính

> *Ta về ta tắm ao ta*
> *Khi nào bắt cá thì qua ao người*

> *Ai đem con sáo sang sông*
> *Để cho con sáo mất công bay về*

Dù không còn được nhắc đến, nghĩ vẫn tội cho *Chiếc Lồng*

> *Ai đành đem sáo xào măng,*
> *Bỏ lồng sáo dưới ánh trăng lạnh lùng.*
> *Sáo ơi, nhớ sáo vô cùng,*
> *Gió đêm đập cửa, não nùng, sáo ơi...*

Chẳng cần gợi hứng từ bài ca dao đã sửa, dùng ca dao sẵn có
vẫn được, ví dụ nếu con kiến biết kiện củ khoai

> *Con kiến mà kiện củ khoai,*
> *Mày chê tao khó lấy ai cho giàu*

thì củ khoai cũng biết kiện lại con kiến cho *Rối Rắm Ca Dao*

> *Mưa xuân ướt lá mã đằng,*
> *Củ khoai con kiến nhì nhằng kiện nhau,*
> *Mưa xuân gãy ngọn sâm cau,*
> *Củ khoai con kiến kiện nhau nhì nhằng...*

Tương tự, từ bài ca dao chú chuột chơi gác giỗ cha con mèo

> *Con mèo mà trèo cây cau*
> *Hỏi thăm chú chuột đi đâu vắng nhà*
> *Chú chuột đi chợ đường xa*
> *Mua mắm mua muối giỗ cha con mèo*

cũng có thể biến thành một đôi tình nhân *Mèo Chuột*

Em là chuột, anh là mèo.
Nửa đêm trằn trọc, anh trèo cây cau.
Mặn nồng mắm muối chia nhau,
Buồng cau tự đó trở màu dạ hương.

Đôi khi tôi thấy chuyện cây *trúc* lẩn quẩn đầu đình, bờ ao với chuyện con *kiến* lẩn quẩn cành đa, cành đào trong ca dao

Trúc xinh trúc mọc đầu đình
Em xinh em đứng một mình cũng xinh

Trúc xinh trúc mọc bờ ao
Em xinh em đứng chỗ nào cũng xinh.

Con kiến mà leo cành đa
Leo phải cành cụt, leo ra leo vào
Con kiến mà leo cành đào
Leo phải cành cụt, leo vào leo ra

có thể ghép để lại thành bài thơ mang tên... *Kiến Trúc*

Nghĩ thương khóm trúc đầu đình,
Nhớ ai ra đứng một mình bờ ao.
Lại thương con kiến cành đào,
Trót leo cành cụt, té nhào cành đa.

Vui nhất là mượn được ý *ai đem con sáo sang sông* để tráo đa thành mận, rồi máng lên cành đào, gọi là *Lý Con Kiến*

Ai đem con kiến lên giường,
Để cho con kiến quên đường về hang,
Bò qua kẽ dọc lẫn ngang,
Hết leo cành mận lại sang cành đào?

Hương Trà Gợi Tứ Thơ

12-05-2021

Trong *Vũ Trung Tùy Bút*, Phạm Đình Hổ bàn về thú uống trà: "Tính trà vốn thanh khiết, hương trà vốn thơm tho. Dù buổi sáng hay tối, lúc gió mát, trăng trong, cùng thưởng thức ấm trà mới pha với bạn văn, thơ, thì mộng nào không tỉnh, lòng nào không trong." Vũ Hoàng Chương, *Qua Áng Hương Trà*, còn mời ta cùng nâng chén trà ướp sen

Nâng chén mời anh thưởng vị trà
Đừng quên tan tác mấy đời hoa
Cạn từng hớp nhỏ cho sen đượm
Vớt lại trần ai một chút Ta...

Nhưng tại sao phải lấy sen ướp trà, mà không trực tiếp uống hương sen, cách *Đơn Sơ* để đến tận ngọn nguồn thanh bạch?

Người uống trà sen, ta uống sen,
Sen không trà, vẫn đậm mùi quen:
Gạn đi phù phiếm, còn tinh khiết,
Nhụy cũng hương, hoa cũng bạn hiền...

Phải chăng vì trà mới là tinh chủ - dù ướp sen, dù tẩm cúc, tự trà vẫn đậm hương, cả lúc *Việc Đời Rối Trí Tuổi Già*

Giữa đêm mưa nặng hạt,
Trăm sự rối lòng già:
Lửa tắt, trà còn đậm,
Thu tàn, cúc vẫn hoa!

Hay chính vì mùi vị của trà đã thăng hoa, nâng trà lên ngang hàng những dòng thơ Đường dịu, thanh như mật

Thơ Đường, sao ngọt giống môi em?
Trà đắng, sao thơm như tóc mềm?

Hơn thế, trà không những tính sạch và hương thơm, mà còn là bạn thiết của những tâm hồn cô đơn, vì *Trà Cứ Uống Là Say*

> Đêm lạnh, trăng suông, chỉ có trà
> Cùng ta chia nỗi nhớ người xa.
> Nhấp môi, chếnh choáng hương sầu mộng,
> Thôi cũng vui, như đã một nhà...

Dù thưởng trà cách gì, *Hương Trà* vẫn quyến dụ nhẹ nhàng

> Nâng bát trà xanh, gạn lá xanh,
> Hương tràn, khói nhạt tỏa mong manh,
> Mùi ngâu vương giả chen mùi cúc,
> Chạm phớt môi thơm, ngọt đến lành.

Nhưng phải khéo chọn vị, kẻo lâm vào cảnh *Nhớ Ngâu Xưa*

> Táo, mận, đào, lê, gượng ướp trà,
> Ngỡ khuây niềm nhớ hương vàng hoa,
> Nhưng, mùi trưởng giả, tây phương quá!
> Chỉ khuấy thêm sầu vô xót xa...

Nói cho cùng, những lúc hoang mang, bối rối nhất, những lúc đơn thân chiếc bóng, phải *Chấp Nhận* một mình chống chọi ngàn cơn sầu trùng trùng ập đến, chỉ có trà là võ khí tùy thân

> Chấm mãi không tròn dấu hỏi,
> Nghĩa đời biết định từ đâu?
> Nâng chén trà xanh ngút khói,
> Đẩy lui mười vạn quân Sầu!

Hai Thức Uống Tao Nhã

Hình như có lần Abraham Lincoln đã nói *"nếu đây là café, hãy cho tôi trà, nhưng nếu đây là trà, hãy cho tôi café."* Ý là thứ ông đang uống tệ đến nỗi không thể biết đó là trà hay café, và dù nó là gì đi nữa, thứ kia chắc sẽ vẫn đỡ hơn. Tôi thì hiểu là với Lincoln, chỉ có trà, hay café, còn thì không có thứ gì khác đáng uống.

Thật vậy, có gì tình tứ, chung thủy hơn trà, vì nó cũng *Như Em*

> *Mời anh, trà thơm, chén nhỏ,*
> *Ướp từ đêm nào môi đỏ sầu hoa.*
> *Như em, trà mãi đậm đà,*
> *Như em, trà chỉ mặn mà vì anh.*

Mà *Tách Café* thì cũng không thua gì nét mê hoặc, khêu gợi

> *Em mời anh tách café,*
> *Chính tay em khuấy, bùa mê nào bằng:*
> *Không đường, mộng vẫn tung tăng,*
> *Khêu hương, gợi cả điềm trăng mật về...*

Nhưng khi hai người yêu nhau lại có sở thích khác, ngỡ rằng *Tình Có Như Không*, biết đâu vẫn là không mà có

> *Người uống café, người uống trà,*
> *Khác mùi, nhưng cũng một bê tha.*
> *Người say hạt đắng, người say lá,*
> *Say lẫn nhau, mà chưa hiểu ra!*

Nói về tương phản, ta thường nghĩ đến trái dưa hấu *Đỏ Lòng Xanh Vỏ*, nhưng thật ra tương phản có ở khắp nơi quanh ta

Đắng tách café, xanh chén trà,
Cành hồng gai sắc, lại đầy hoa.
Như em, độc dược từ môi thắm,
Lại ngấm vào anh những thiết tha...

Đôi khi chỉ cần thêm một tí gì đó vào hai thức uống tao nhã này thì ước mơ sẽ thành hiện thực - nếu tí gì đó lại ngọt ngào thì lời *Em* sẽ thành êm dịu

Ngọt như nước dừa xiêm,
Thơm như trà hoa sói,
Quyện như café phin,
Dịu như lời em nói...

Không những vậy, nếu tí gì đó cũng phảng phất *Chút Hương* sa đà thì có khi hoa lòng sẽ nở về đêm...

Sáng uống café, trưa uống trà,
Chiều buồn, pha rượu uống bê tha,
Đêm hôm khuya khoắt, uống gì nhỉ?
Thử ghé môi hồng uống chút hoa...

Viết Lên Vách Quán

www.ingramcontent.com/pod-product-compliance
Lightning Source LLC
Chambersburg PA
CBHW031837170626
46807CB00004B/1503